डिटेक्टिव्ह करण फाइल्स

दोन गूढ कथा

डिटेक्टिव्ह करण फाइल्स

दोन गूढ कथा

१. डावं-उजवं रहस्य

२. खेळ सावल्यांचा

लेखक

नीरज भोपळे

परवानग्यांसाठी येथे लिहा: neerajbhople@gmail.com

2026 मध्ये भारतात प्रथम प्रकाशित. नीरज भोपळे यांना या ग्रंथाचे लेखक म्हणून ओळखले जाण्याचा नैतिक अधिकार लागू असलेल्या कायद्यानुसार ठामपणे सांगण्यात आला आहे.

अस्वीकारण

ही एक काल्पनिक कृती आहे. या पृष्ठांमध्ये दिसणारी सर्व पात्रे काल्पनिक आहेत आणि जिवंत किंवा मृत असलेल्या वास्तविक व्यक्तींशी कोणतेही साम्य योगायोग आणि अनपेक्षित आहे.

काही भौगोलिक सेटिंग्ज ही वास्तविक ठिकाणे आहेत, कल्पित गोष्टींनी परवानगी दिली तितक्या अचूकतेने सादर केली जातात. पात्रांना किंवा काल्पनिक फाउंडेशनला जबाबदार असलेले विशिष्ट पत्ते आणि गुण धर्म वास्तविक भौगोलिक क्षेत्रात शोधले जातात.

ही कादंबरी महाराष्ट्रातील भक्ती आणि कर्मकांड परंपरांशी जोडलेली आहे. खोल इतिहास आणि स्वत: चे समुदाय असलेल्या या जिवंत परंपरा आहेत. लेखक या सामग्रीकडे अस्सल आदराने पाहतो आणि कोणत्याही वाचक, समुदाय किंवा परंपरेच्या धार्मिक भावनांना दुखावण्याचा या कृतीचा हेतू नाही. जिथे कथा अपूर्ण किंवा चुकीच्या पद्धतीने तयार केलेल्या विधी पद्धतीचे वर्णन करते, त्या त्रुटी पूर्णपणे काल्पनिक पात्रांच्या आहेत ज्यांनी त्यांना तयार केले - त्यांनी दाखवलेल्या परंपरांशी नाही.

पवित्रतेला स्पर्श करणाऱ्या कल्पित गोष्टींची एक विशिष्ट जबाबदारी असते. लेखकाने चांगल्या विश्वासाने त्या जबाबदारीचा आदर करण्याचा प्रयत्न केला आहे.

डिटेक्टिव्ह करण #१

डावं-उजवं रहस्य

लेखक

नीरज भोपळे

प्रकरण १

कोथरूडला सिद्धी सोसायटी च्या समोर आमची बाइक थांबली. तिथे पोलिसांचा बंदोबस्त होता. दोन हवालदार गेट वर उभे होते. बघ्यांची गर्दी होती. पण ते कोणाला आत जाऊ देत नव्हते. मी बाइक वरून खाली उतरलो तशी करण ने ती बाजूला लावली. तो जाऊन हवालदारा सोबत काहीतरी बोलला आणि आम्ही आत गेलो.

आत तीन-चार पोलीस आजूबाजूचे सामान बघत होते आणि काहीतरी लिहून घेत होते. सोफ्याच्या बाजूला मला दोन पाय दिसले. कोणाची तरी बॉडी तिथे पडली होती. मी उत्सुकतेने पुढे झालो आणि पाहीले. एका पंचविशीतल्या पोरीची बॉडी होती. तिचे पाय दरवाज्याच्या दिशेने होते आणि डोके रक्ताच्या थारोळ्यात आतल्या दिशेने. तिचा चेहरा पूर्ण छिन्नविच्छिन्न झाला होता.

अचानक अंधार झाला. आणि धडाम. मी कोसळलो.

∞

७ दिवसा पूर्वी -

रविवार. महाराष्ट्र एक्सप्रेस पुणे जंक्शनला पोहोचली आणि मी उतरलो. बॅग एकच होती. बाहेर येऊन रिक्शा पकडली, पाषाण जवळ पंचवटीला जाण्यासाठी. नागपूर सोडून निघायच्या एकच दिवस आधी एका ओळखीच्या काकांकडून एक नंबर मिळाला होता. त्यांच्या नात्यातला कोणी करण इथे राहतो. जो पर्यंत दुसरी सोय होत नाही तो पर्यंत याच्या कडे रहा म्हणाले. मी पण लगेच हो म्हणालो. काही दिवसांचा प्रश्न होता. नंतर मी दुसरी जागा

बघणार होतोच.

माझं नाव समर कुळकर्णी. नागपूरच्या प्रसिद्ध व्ही. एन. आय. टी. कॉलेज मधून इंजीनियरिंग करून इन्फोसिस कंपनी मध्ये सॉफ्टवेअर इंजीनियर म्हणून लागलो होतो. पुण्याला पोस्टिंग होते. कंपनी पहिले पंधरा दिवस हॉटेल मध्ये जागा देणार होती, पण मला हॉटेल मध्ये रहायला फारसे आवडायचे नाही. म्हणून मला या करण कडे रहायचा पर्याय चांगला वाटला. तसे त्या बद्दल एवढेच माहीत होते की तो स्वत:चं काहीतरी काम करतो. नक्की काय बिझनेस करतो ही काही त्या काकांना कल्पना नव्हती. म्हटले तेवढीच एक नवीन ओळख होईल. आजकाल खूप लोक स्वत:चं स्टार्टअप सुरू करतात. मला अश्या लोकांबद्दल खूपच आदर वाटतो. मी स्वत: काही बिझनेस माइंडेड नाही. त्या करता लागणारी चिकाटी काही माझ्यात नाही. या मुलाला भेटून थोडा परिणाम माझ्यावर झाला तर चांगलेच!

जंगली महाराज रोड, यूनिवर्सिटी चौक, पाषाण रोड करत करत रिक्शा पंचवटी कडे वळली. पुण्या सारख्या गजबजलेल्या शहरात ही एक छान हिरवीगार जागा. मेन रोड वरून आत रिक्शा वळली, एका छोट्याश्या टेकडीकडे. टेकडीच्या बाजूने हिरवळीतून वृंदावन अपार्टमेंट्स समोर थांबली. तीन फ्लोरस ची अपार्टमेंट. त्यात खालच्याच मजल्यावर फ्लॅट नंबर १०१ हा करणचा फ्लॅट होता. बेल वाजवली. कोणी दार उघडले नाही म्हणून पुन्हा वाजवली.

“समर!” मागून हाक आली. मागे वळून बघितले तर एक तिशीतला तरुण उभा होता. साधारण सहा फुट उंच, लांबट गोल चेहरा, गोरा, पण डोक्यावर एकही केस नाही! त्यामुळे मी जरा कन्फ्युज झालो. हा नक्की तिशीतला की मला हा उगाच थोडा लहान वाटतोय? त्याच्या हातात एक पिशवी होती.

“मी करण. अरे दूध संपलं होतं घरातलं. म्हटलं तू येतोयस तर मस्त पैकी चहा करावा. म्हणून दूध घेऊन आलो. चल आत.”

त्याने आत जाऊन किचन मध्ये सामान ठेवले. छोटासा फ्लॅट होता तो. हॉल मध्ये बसायला खुर्च्या नव्हत्या आणि सोफा पण नाही. दोन गाद्या घडी करून बसायला जागा केली होती. टी व्ही नव्हता. समोरच्या बाजूला दोन दरवाजे दिसले. उजव्या दरवाज्यातून आत बघितले तर खोलीत एक कपाट, एक सिंगल बेड आणि एक टेबल. त्यावर खूप सारे कागद ठेवले होते. बाजूला आणखी एक छोटे कपाट होते. त्यात खूप सारी पुस्तके होती. मला वाचनाची आवड असल्यामुळे मी ते बघायला जाणार इतक्यात करण म्हणाला, “ही डावीकडची रूम तुझी आहे. एक बेड आणि कपाट आहे. टेबल मात्र नाही. आणावा लागेल तुला हवा असेल तर. तू फ्रेश हो. मी चहा बनवतो.”

मी बॅग ठेवून हात पाय धुतले आणि कपडे बदलून बाहेर आलो तो पर्यंत करणने चहा कपात ओतला होता आणि दूसरं पाकिट उघडून समोसे बाहेर काढले होते. समोसे! मी लगेच एक उचलला आणि मिरची सोबत खाऊ लागलो. त्यानेही एक उचलला. थोड्या वेळ दोघंही त्यात मग्न होतो.

“च्यायला या पुण्याच्या समोस्याला ती चव नाही. आपल्याकडचा समोसा बरा.” करण म्हणाला.

“तू कुठला? मला काकांनी नीट सांगीतलं नाही तुझ्याबद्दल.” मी म्हणालो.

“अरे माझ्याबद्दल खूप काही सांगण्यासारखं नाहीये. तसा मी नागपूरचा. शंकर नगरला राहायचो आम्ही. पण नंतर मी इथे पुण्याला इंजीनियरिंग करायला आलो. घरचे माझ्या मोठ्या भावाकडे अमेरिकेला राहतात आता. मी इथे.”

“तू करतोस काय? ते म्हणाले तुझा कसला तरी बिझनेस आहे म्हणून?”

"हा हा हा! हो मी खूप काही करत असतो. थोडं शेअर मार्केट मध्ये इन्वेस्ट करतो. थोडं लिहितो वेगवेगळ्या पत्रिकांकरता. त्यातूनही थोडे पैसे मिळतात. आणखी थोडे उद्योग आहेत. निभतं माझं."

मी माझ्या बद्दल सांगीतले आणि आम्ही चहा पीत पीत खूप गप्पा मारल्या. त्याने जेवण घरीच मागवले होते. मी खूप थकल्यामुळे जेवून लगेच झोपलो.

∞

पुढचा अख्खा आठवडा नवीन ऑफिस मध्ये सेटल होण्यात गेला. ट्रेनिंग सुरू झाले. इकडे करण सुद्धा त्याच्या कामात बिझी होता. रात्री कधीतरी उशिरा घरी यायचा. रात्रीसाठी त्याने जेवणाचा डबा लावला होता. माझा पण तिथूनच येऊ लागला. त्यामुळे मी रात्री जेवून घ्यायचो. तो कधीतरी रात्री येऊन जेवायचा आणि सकाळी मी ऑफिसला जाईपर्यंत झोपलेलाच असायचा.

शनिवार रविवार मी काही फ्लॅट्स बघितले भाड्याने घेण्यासाठी. ऑफिस मध्ये आणखिनही काही नवीन जॉइन झालेली मुले होती. आम्ही सगळे मिळून शोधत होतो. पण पसंत एकही पडला नाही. पुढच्या शनिवारी पुन्हा बघणार होतो. उन्हाळ्याचे दिवस असल्याने उन्हात फिरून मला थोडे बरे वाटेनासे झाले. रविवारी रात्री ताप आला. करणने औषध आणून दिले आणि मी झोपलो.

सोमवारी जाग जरा उशिराच आली. ऑफिसला माझ्या बॉसला फोन केला की मी येऊ शकत नाही, आणि चहा पीत बसलो. आज कधी नव्हे ते करण लवकर उठला होता. तो पण माझ्या बरोबर येऊन बसला.

"काय समर, कसं वाटतंय आता?" तो माझ्या कपाळाला हात लावत म्हणाला.

“आता ताप तरी वाटत नाहीये. उगाच ऑफिसला सुट्टी मारली असं वाटतंय आता,” मी जरा ओशाळून म्हणालो.

“अरे चालतं रे. इतका काय विचार करतोस तू. तू एक दिवस गेला नाही तर तुझी कंपनी बंद पडणार नाहीये आणि त्यांचं कामही अडणार नाहीये. आपलं आयुष्य आपलं असतं. कंपनीचं नाही. थोडं स्वत: बद्दल पण विचार करायचा असतो.”

करण बरोबर बोलत होता. पण तरी थोडी अपराधी भावना आली होती. त्याने माझ्या चेहऱ्यावरचे भाव बघितले आणि म्हणाला, “सॉरी. फुकटचा सल्ला दिला. सवय आहे माझी. तू लक्ष देऊ नको.”

“अरे तसं नाही. आत्ता नोकरी लागली आहे. अजून ऑफिस मध्ये कसं राहावं हे माहीत नाही. किंबहुना सवय नाही.”

“होईल हळू हळू सवय. आता तू आराम कर. मी मस्त पोहे बनवतो. तर्री पोहे मिळणार नाही पण पुढच्या वेळेस ते पण बनवून बघू.”

करण ने बनवलेले पोहे अगदी सॉलिड होते. खूपच चविष्ट. पोट भरून खाल्ल्या नंतर मला खूपच झोप आली. करण काहीतरी वाचत बसला होता. बहुदा त्याला आज काही काम नव्हते. मी त्याच्याशी बोलत बोलत झोपलो.

जाग आली तेव्हा सहा वाजून गेले होते.

“उठले का महाराज. दुपारी जेवायला उठवणार होतो पण तू इतका गाढ झोपला होता की मी म्हटले राहू द्या. तेवढाच लवकर बरा होशील. उठ आता. चहा घे. आत्ताच बनवला आहे.”

मी फ्रेश होऊन चहा घेतला. काही बोलणार इतक्यांत त्याला एक फोन आला. बोलता बोलता त्याच्या चेहऱ्यावरचे भाव बदलले. तो खूप उत्तेजित झाला होता. फोन ठेवून म्हणाला त्याला आत्ता जावं लागेल. एक मस्त केस आली आहे. बाहेर जाता जाता थबकला.

“तू विचारत होतास ना त्या दिवशी, मी काय करतो ते? हे माझं आवडतं काम. तुला बरं वाटत असेल तर ये माझ्या सोबत. येतोस?”

आणि मी त्याच्या सोबत बाइक वर बसून निघालो, कोथरूडच्या सिद्धी सोसायटी कडे.

प्रकरण २

माझे डोळे उघडले तेव्हा मी कुठे आहे हे कळलेच नाही. इकडे तिकडे बघितले तर हळू हळू माझ्या लक्षात आले. मी ती डेड बॉडी बघून बेशुद्ध पडलो होतो. आजूबाजूला पोलीस होते आणि करण त्यातल्या एकाशी काहीतरी चर्चा करत होता. खाली बघितले तर बॉडी नव्हती. तिथे खडूने त्या बॉडी ची पोजिशन रेखाटलेली होती.

“अरे उठलास का? कसं वाटतंय आता?” करण उद्गारला.

“आय ॲम ओके.” मी जरा ओशाळोच. इतक्या लोकांसमोर असे बेशुद्ध पडणे म्हणजे खूपच लाजिरवाणी गोष्ट होती.

“गुड. आय आम सॉरी. तुला ह्या सगळ्याची सवय नाहीये. मी तुला बोलवायच्या आधी विचार करायला हवा होता” करण माझ्या खांद्यावर हात ठेवत म्हणाला.

‘तुला या सगळ्याची सवय नाहीये’ म्हणजे? हा करण काय रोज डेड बॉडी बघत फिरतो? आपण इथे काय करतोय? मला काही कळत नव्हते. जेव्हा त्याने मला त्याच्या सोबत येण्याबद्दल विचारले तेव्हा मला वाटले याचा जो काही बिझनेस आहे त्या जागी मला घेऊन जात असणार. इथे पोहोचल्यावर पोलीस बघून मी विचार देखील केला की हे नक्की काय सुरू आहे? पण त्याला काही विचारायच्या आधीच मी ती बॉडी बघून घेरी येऊन पडलो होतो.

“हे सब-इंस्पेक्टर अभिजीत मराठे.” करण एका पोलिसा कडे हात करत म्हणाला. “आणि हा माझा रूममेट समर.”

मी सब-इंस्पेक्टर सोबत हस्तांदोलन केले पण माझा चेहरा अजूनही थोडा

गोंधळलेला होता.

"तू तुझ्या मित्राला स्वत: बद्दल काही सांगीतलेलं दिसत नाहीये." सब इंस्पेक्टर म्हणाले. ते चांगले पोलीस असणार. माझ्या चेहऱ्यावरून त्यांना माझ्या मनातलं नीट कळलं होतं.

"हो. तशी संधीच मिळाली नाही अजून." करण माझ्याकडे बघत म्हणाला.

"अरे तुझा मित्र आम्हाला गुन्हे सोडवण्यात मदत करतो. दर वेळेला बरोबरच असतो असं नाही, पण बरेच वेळा त्याच्या निरीक्षण क्षमते मुळे आम्हाला खूपच मदत झाली आहे. त्यात त्याचं डोकेही बऱ्यापैकी चालतं. म्हणून त्याच्या लॉजिक ची आम्हाला मदतच होते. ऑफिशियल नाहीये पण तरी आमच्या साठी खूप कामाचा डिटेक्टिव्ह आहे हा" मराठे हसत म्हणाले.

"नाही मराठे साहेब. डिटेक्टिव्ह नाही. सत्यान्वेशी. व्योमकेश बक्षी सारखा. मला फक्त सत्य शोधायला आणि गूढ उकलायला आवडतं. आणि मी आपलं थोडसं जमतं तेवढं करतो. खरं काम तर तुम्हीच करता. गुन्हेगार तुमच्या हातून कधी सुटल्याचं मला तरी माहीत नाही."

मराठे एकदम खुष झाले होते. आपली प्रशंसा केलेली कोणाला आवडत नाही?

"हे सत्यान्वेशी वगैरे त्या व्योमकेशासाठी ठीक आहे. तू स्वत:ला काहीतरी वेगळं म्हणत जा." मराठे हसत बोलले.

"साहेब, मला वेगळा शब्द अजून तरी सुचला नाही. पण यावर विचार नक्की करीन" करण पुढे म्हणाला "पोस्ट मॉरटमला पाठवायच्या आधी बॉडी बघून झाली. तुमचं झालं असेल तर मी थोडी तपासणी करू का बाकी जागेची?"

"हो हो नक्की कर. मग एकत्रच शेजाऱ्यांशी बोलू." मराठे म्हणाले आणि

बाजूला जाऊन फोन करू लागले.

"हवालदार दांडे, कसे आहात?" करणने विचारले.

दांडे पान खात खात फक्त हाताने 'छान' असे म्हणाले.

"खून कधी झाला काही माहीत आहे का?"

आता मात्र दांडेना जरा बोलवेच लागले. "फॉरेन्सिक नी बॉडी बघून दुपारी कधीतरी खून झाल्याचं म्हटलं. बहुदा एक ते दोन च्या दरम्यान. आता पोस्ट मॉरटेम नंतर सविस्तर सांगीतलंच."

करण ने खोलीभर बघणे सुरू केले. वन बेडरूम फ्लॅट होता. हॉल मध्ये एक दोन-खुर्च्यांचा आणि दोन एकएक खुर्चीचे सोफे होते. मध्ये छोटे टेबल होते. त्यावर चहाचा एक कप आडवा पडलेला होता. बाजूला जमिनीवर आणखी एक कप, काही बिस्किट आणि एक प्लेट तुटून पडली होती. आजूबाजूला सामान विखुरलेले होते. झटापट झाल्यासारखी वाटत होती. बॉडी जिथे पडली होती (आधी. आता नाही. नाही तर मी पुन्हा एकदा बेशुद्ध झालो असतो), त्या पासून थोडे बाजूला एक धातुची मूर्ती पडलेली होती. त्यावर रक्त लागलेले होते. बहुदा यानेच खून करण्यात आला असावा. रक्त तर सगळी कडे पसरलेले होते. उजवीकडेच्या भिंतीवर पण खूप रक्त होते. मारताना खूप जोरात वार केल्यामुळे रक्त तिथे उडले असणार.

करण पुन्हा पुन्हा डेड बॉडीची पोजिशन पायाकडून डोक्याकडे आणि मग भिंतीवरचे रक्ताचे डाग बघत होता. त्याच्या डोक्यात काहीतरी सुरू असणार. माझ्या डोक्यात फक्त कधी या रक्ताच्या थारोळ्यातून आपण बाहेर पडतो असे झाले होते. टी व्ही वर डिटेक्टिव्ह सिनेमा बघताना वाटायचे की आपणही कधीतरी असे काम करावे. काय स्टाईलीश वाटायचे ते. आणि आता खरोखर या परिस्थितीत आल्यावर मला पचायला जरा जडच जात होते हे सगळे.

हॉलच्या उजवीकडे तीन दरवाजे होते. पहिला बेडरूमचा, दूसरा किचनचा, आणि तिसरा बाल्कनीचा. हॉल च्या दुसऱ्या टोकाला शोकेस होती आणि तिथे काही शोभेच्या वस्तु ठेवलेल्या होत्या. एक कोपरा रिकामा होता. बहुदा त्या धातुच्या मूर्तीची मूळ जागा तीच असावी. आणखिनही काही वस्तु होत्या. टी व्ही होता आणि काही मॅगझीन.

थोड्या वेळ आणखी तपासणी करून करण बेडरूम मध्ये गेला. तिथेही सामान विखुरलेले होते. कपाट उघडे होते. त्यावर एक नजर मारून आम्ही बाहेर आलो आणि बाल्कनीत गेलो. तिसऱ्या मजल्यावरचा फ्लॅट होता. करणने खाली वाकून आणि बाल्कनीच्या आजूबाजूला बघितले. एका बाजूला एक सांडपाण्याचा भक्कम पाईप होता. मागे एकलव्य कॉलेजच मोठे पटांगण होते. तिथे काही मुले क्रिकेट खेळत होती. करण गुढ्घ्यावर बसून पूर्ण बाल्कनी तपासू लागला. काय शोधत होता माहीत नाही. पण त्याला काहीतरी छोटेसे सापडले. ते त्याने हाताने उचलून एका छोट्या प्लॅस्टिकच्या पिशवीत टाकले. (त्याने ग्लोव घातले होते). आणखी थोडी तपासणी करून आम्ही परत आत आलो.

फ्लॅटच्या मुख्य दरवाज्याजवळ येऊन करणने त्याच्या कडे नीट बघितले. त्याचे लॅच-लॉक लावून आणि उघडून बघितले. कडी पण नीट बघून मग तो बाहेर आला.

“मराठे साहेब. बॉडी सगळ्यात आधी कोणी बघितली?” त्याने विचारले.

“आशिष जगदाळे, म्हणजे विक्टिम च्या नवऱ्याने. विक्टीमचं नाव इनायत. बाजूच्या घरात बसवलं आहे नवऱ्याला. चला भेटून येऊ.” मराठेंनी माहिती दिली आणि आम्ही शेजारच्या घरी आलो.

प्रकरण ३

उंचपुरा देखणा होता आशिष जगदाळे. जाड मिशी. साधारण २८ वर्षांचा होता. बहुदा ऑफिस मधून आला असावा त्यामुळे अगदी फॉर्मल कपडे घातलेले होते. डोळे रडून लाल झाले होते. ज्यांचे घर होते ते जोशी बाजूलाच बसलेले होते. त्यांनी चहा आणून ठेवला होता.

आम्ही आत येऊन त्यांना नमस्कार केला आणि त्यांनी आम्हाला चहा ऑफर केला. मला तर चहाची खूपच गरज होती. मी लगेच घेतला आणि मला बघून करण आणि मराठेंनी पण घेतला. सोफ्यावर बसून मराठे बोलू लागले.

“आशिष. काही प्रश्न विचारायचे आहेत.”

त्याने हलकेच मान डोलावली.

“मला जरा सुरुवातीपासून सगळं सांगा. हवालदार दांडे, सगळं लिहून घ्या.” मराठे हवालदार कडे हात करून म्हणाले. हवालदार दांडे लगेच वही आणि पेन घेऊन तयार झाले. आशिष बोलू लागला.

“नेहमी सारखा मी साडेपाच च्या सुमारास घरी पोहोचलो आणि बेल वाजवली. पण इनायतने दरवाजा उघडला नाही. दोन तीन वेळा बेल वाजवल्यावर सुद्धा दार उघडलं नाही. म्हणून मी जोशींचा दरवाजा वाजवला” आशिष शेजारी बसलेल्या गृहस्था कडे हात करून म्हणाले. “यांच्या कडे आमची एक किल्ली असते. मी विचार केला की इनायत कुठे तरी बाहेर गेली असेल. म्हणून मी किल्ली घेऊन दरवाजा उघडला तर आत..” आशिष थांबला. त्याच्या डोळ्यातून पाणी वाहू लागलं. थोडा वेळ थांबून तो पुन्हा बोलू लागला. “आत इनायत खाली रक्ताच्या थारोळ्यात पडलेली होती. आणि

सगळं सामान इकडे तिकडे पसरलेलं होतं. मला काही सुचलं नाही. तेवढ्यात जोशी आले आणि हे सगळं बघून त्यांनी पोलीस स्टेशनाला फोन केला."

"तुम्ही सामान चेक केलं का? काही चोरीला गेलंय का?" मराठेंनी विचारलं.

"हो. पोलीस यायच्या आधी मी आत जाऊन बघितलं. कपाटातून काही पैसे गायब आहेत. चार पाच हजार असतील. बाकी इनायतला काही दागिन्यांची हौस नव्हती. म्हणून आमच्या कडे काही दागिने नव्हते. जे थोडे आहेत ते बँकेच्या लॉकर मध्ये आहेत."

हवालदार दांडे सगळे नीट टिपून घेत होते.

"जोशी, तुम्हाला कसं कळलं काही झालंय म्हणून? आशिष च्या ओरडण्याचा आवाज आला का?" करण ने विचारलं तसा आशिष त्याच्या कडे बघायला लागला.

"हा करण. आमच्या सोबतच काम करतो." मराठेंनी सगळ्यांची शंका दूर केली.

"नाही. आशिष किल्ली नेत असताना आम्ही बोलत बोलत बाहेर आलो आणि त्याने दार उघडलं तेव्हाही आम्ही बोलतच होतो. अचानक तो आत जाऊन थबकला म्हणून मी त्याला आवाज दिला पण त्याच्या चेहऱ्याकडे बघून मलाच काहीतरी वेगळं वाटलं, म्हणून मी आत जाऊन पाहीलं. आणि मग मी पोलिसांना फोन केला." जोशी म्हणाले.

"तुमचं लग्न कधी झालं?" मराठे नी आशिषला उद्देशून विचारले.

"एक वर्ष झालं. लग्न करून आम्ही मुंबईला राहत होतो. एक महिन्या पूर्वी इथे ट्रान्सफर घेऊन आलो आणि हे घर भाड्याने घेतलं."

"तुमच्या आणि तुमच्या बायकोच्या घरचे कुठे असतात?"

"माझे आई वडील इथे पुण्यातच असतात. अविनाश जगदाळे माझे

वडील. बिल्डर आहेत. जगदाळे बिल्डरस नावाने कंपनी आहे त्यांची. आई आरती घर सांभाळते. मला कोणी भावंडं नाहीत. इनायतचे आई वडील, म्हणजे अबिद खान आणि अमीना, अमरावतीला असतात. त्यांचं किराणा मालाचं दुकान आहे तिथे. तिला एक लहान भाऊ आहे. साजिद. तिच्या पेक्षा एक वर्षाने लहान आहे."

"तुमच्या कडे कोणी नोकर? कामाला बाई वगैरे?"

"नाही. अजून कोणीच लावलं नाही."

दांडे नी सगळ्यांची नावं आणि पत्ते लिहून घेतले. सोबत सगळ्यांचे फोन नंबर सुद्धा घेतले. एकदा आशिषला दाखवून कन्फर्म करून घेतल्यावर मराठे चेक करू लागले. करण ने सिगारेटचे पाकिट बाहेर काढले. ते रिकामे होते. जरा चिडचिडलाच तो. त्याने इकडे तिकडे बघून मग आशिषला विचारले.

"आशिष, सॉरी पण सिगारेट आहे का. माझी संपलीये." करण म्हणाला.

"सॉरी. मला सिगारेटच्या धूराने त्रास होतो." तो म्हणाला. इतक्यात जोशींनी त्यांच्याकडची विल्स लाइट करणला ऑफर केली. ती घेताना करणने पुढचा प्रश्न विचारला,

"आशिष, जेव्हा इनायत ने दार उघडलं नाही तेव्हा ती बाहेर गेली असेल असं तुला वाटलं. मग तू तिला फोन करून विचारलं का नाहीस?"

"ते.. माहीत नाहीत.. म्हणजे.. ती बरेच वेळा फोन विसरायची. म्हणून कदाचित माझ्या ते डोक्यातच आलं नाही."

"तुझ्या जवळ किल्ली नसते का घराची?"

"नाही. दोनच किल्ल्या आहेत. म्हणून आम्ही एक किल्ली घरी आणि एक जोशींकडे ठेवतो. चुकून घरून निघताना किल्ली घ्यायचं विसरलो तर बरं पडतं."

मला लगेच आठवले की आमच्या घरच्या पण दोनच किल्ल्या आहेत.

एक माझ्याजवळ आणि एक करण जवळ. चुकून हरवली तर पंचाईत होणार. घरी जाताना एक एक्स्ट्रा किल्ली बनवून घ्यावी असे ठरवून मी मराठे कडे बघू लागलो.

"बरं, तुमचा कोणावर संशय आहे का?" मराठे म्हणाले.

"नाही हो. ती चांगली मुलगी होती. तिला कोणी का मारेल? मला काही कळतच नाहीये. फक्त चार-पाच हजार रूपायांसाठी तिने जीव गमावला? तिचा खुनी मिळाला ना तर त्याचे तुकडे करीन मी!" आशिष एकदम त्वेषाने म्हणाला. त्याचे आधीच लाल झालेले डोळे रागाने आणखी लाल दिसत होते. तो खुनी जर त्या वेळेस तिथे असता तर त्याने खरंच तुकडे केले असते त्याचे असे मला वाटले.

"तुम्ही काळजी करू नका जगदाळे साहेब. आम्ही लवकरच त्याला हुडकून काढू आणि आत टाकू." मराठे म्हणाले आणि आम्ही उठलो.

बाहेर जाता जाता मराठे म्हणाले, "आशिष काही गरज पडली तर तुम्हाला फोन करतो. ऑफिस कुठे आहे तुमचं?"

"इथे जवळच. नळ स्टॉप जवळ. वीस मिनिट लागतात."

"दांडे, पत्ता लिहून घ्या ऑफिसाचा." मराठेंनी हुकूम सोडला आणि आम्ही सगळे बाहेर आलो.

करण ने विचारले, "साहेब, इनायतचा मोबाइल सापडला का?"

"हो. पण पासवर्ड माहीत नाही आशिषला. म्हणून सायबरवाल्यांना पाठवला आहे. अनलॉक झाला की बघू काही सापडतयं का त्यात."

करणने आपल्या खिशातून मघाची प्लॅस्टिकची पिशवी काढून मराठेंना दिली. त्यात एक सिगारेटचं थोटुक होतं. "साहेब, फॉरेन्सिकला याचाही जरा तपास करायला सांगा."

मराठेंनी त्याच्याकडे बघितले आणि होकारार्थी मान डोलवून ते आणि

दांडेना निघून गेले. वर फॉरेन्सिकचे लोक काम करत असल्यामुळे एक हवालदार थांबला होता गेट वर. त्याच्याकडे जाऊन करणने विचारले, "इथे गेट वर सेक्युर्टीला कोण असतं?"

"खूप जुनी बिल्डींग आहे ही. साफ सफाई करायला लोक आहेत पण सेक्युर्टीला कोणी नसतं. आजकालच्या जमान्यात जरा नवलच म्हणायचं. पण लोक पैसे वाचवतात. तसं या भागात खूप काही होत नाही. म्हणूनही असेल." तो म्हणाला. सेक्युर्टी गार्ड नाही तर सी.सी.टी.व्ही चा प्रश्नच नव्हता. तरी एकदा आजूबाजूला नजर फिरवून करणने ते कन्फर्म करून घेतले.

बाइक जवळ आलो तेव्हा करणने मला विचारले, "सिगारेट ओढतोस का?"

"नाही. म्हणजे अगदी कधी कधी."

"ही घे." त्याने त्याच्या हातातली सिगारेट मला दिली. विल्स लाइट.

"अरे मघापासून तू हातात घेऊनच फिरतोय का!?" मी हसत म्हणालो.

"मी सिगारेट ओढत नाही." करण म्हणाला आणि मी बघतच राहिलो.

प्रकरण ४

कोथरुडहून आमच्या घरी पोचायला विसेक मिनिटे लागली असतील. त्या वीस मिनिटात आम्ही एकमेकांशी बोललो नाही. पण माझ्या मनात खूप प्रश्न होते. हा करण नक्की आहे तरी कोण? हा पोलिसांना काय मदत करतो नक्की. त्यांचा खबऱ्या? मराठे म्हणाले हा डिटेक्टिव्ह आहे आणि हा म्हणतो मी व्योमकेश सारखा सत्यान्वेशी आहे. पण म्हणजे नक्की काय आहे? आणि जे शेअर मार्केट, लिखाणाबद्दल बोलला होता त्याचे काय? सगळे खोटे का?

आम्ही पोहोचलो तो पर्यंत जेवणाचा डबा आला होता. फ्रेश होऊन डबा उघडला. सडकून भूक लागली होती. त्यात आज झणझणीत झुणका होता डब्यात. जेवताना पण पूर्ण लक्ष फक्त जेवणावरच होते. त्यानंतर मला राहवले नाही.

“काय सुरुये मला नीट सांगशील का? तू नक्की कोण आहेस? काय आहेस? आणि आज जे झालं ते काय होतं?” मी अगदी त्वेषाने विचारलं.

“बापरे! केवढे प्रश्न! सांगतो. सगळं सांगतो. मला चहा प्यायचा मूड झालाय. तू घेणार? सगळं एक्सप्लेन करतो तुला.”

मी होकारार्थी मान डोलावली तसा तो चहा बनवत बोलू लागला.

“माझं नाव तर तुला माहीतच आहे. मी ग्रॅज्युएशन नंतर काही दिवस नोकरी करून बघितली पण मला लगेच कळलं की हे काही आपलं काम नाही. मला आधीपासूनच डिटेक्टिव्ह पेश्याबद्दल खूप आकर्षण होतं. त्यात ही सगळी एका पेक्षा एक डिटेक्टिव्ह पुस्तकं मी वाचायचो. शेरलॉक होम्स, हरक्यु पॉयरो, व्योमकेश बक्षी, डिटेक्टिव्ह अल्फा वगैरे. मला लिहिण्याची थोडी आवड असल्यामुळे मी कॉलेजाच्या मॅगझिन मध्ये आणि इतर ठिकाणी

रहस्य कथा लिहू लागलो. हे बघून मित्र चिडवायचे. एवढा लिहितो, पण खरच काही करता येतं का? मला ते त्यांचे काही प्रॉब्लेम सांगू लागले. अगदीच साधे असायचे पण मला कुठलीही गोष्ट अनुत्तरित राहिलेली आवडत नाही. म्हणून मी जिद्दीने ते सोडवायला घ्यायचो आणि त्यांना सांगायचो. म्हणून मग नोकरी सोडल्यावर विचार केला की हेच काम का नाही करावं?

"पण यात काही पैसा मिळेलच असं नाही. लिहिण्यात सुद्धा खूप काही मिळत नाही. म्हणून मग शेअर मार्केट बद्दल शिकून त्यात थोडंफार इन्वेस्ट करतो. तश्या माझ्या गरजा पण जास्त नाही. म्हणून काही प्रॉब्लेम होत नाही. मी माझी डिटेक्टिव्ह एजन्सी सुद्धा सुरू केलीये. त्यात मला छोट्या छोट्या केसेस येत असतात. त्यातूनही थोडे पैसे मिळतात. पण आनंद खूप मिळतो. काहीतरी केल्याचं समाधान मिळतं.

"असंच एका केसमध्ये मराठेंशी ओळख झाली. एका व्यापाऱ्याच्या ऑफिस मधून महत्त्वाची कागदपत्रं चोरीला गेली. त्यात त्याने पोलिसांना तर बोलावलंच पण ओळखीचा असल्यामुळे मला देखील बोलावून घेतलं. तेव्हा मला एक छोटासा क्लू सापडला ज्यामुळे मराठे ती केस झटकन सोडवू शकले आणि माझे मित्र झाले. नंतर ते त्यांच्या केसेसमध्ये देखील मला बोलावू लागले. मला तसंही सत्य शोधण्यात रस असतो, प्रसिद्धीत नाही. त्यामुळे आमचं चांगलं जमतं. तसे ते चांगले आहेत. मी केलेली मदत कधी विसरत नाही आणि त्यांच्या बाकी मित्रांना सुद्धा सांगतात.

"तर असं आहे सगळं. आज जेव्हा सब-इंस्पेक्टर मराठे त्या केस साठी गेले तेव्हा त्यांनी मला फोन करून बोलावून घेतलं. तशी केस साधीच वाटतेय. पण तरी अगदी पहिल्या नजरेत काही गोष्टी दिसतात ज्या नंतर दिसत नाही कारण खूप लोक त्या जागेवर ये-जा करतात. त्यामुळे ते मला खून किंवा महत्त्वाच्या केसेसमध्ये बोलावून घेतात. नंतर मग किती वेळ त्या

केसला द्यायचा हे मी केस बघून ठरवतो."

हे सगळं ऐकून मला काय बोलावे तेच कळेना. असा कसा कोणी असू शकतो? असे सगळे सरळ सरळ आयुष्य सोडून, नोकरी सोडून असे काहीतरी करणे हे विलक्षण आहे. मी असे काही करू शकतो का? मला काही सुचत नव्हते.

"हो. तू पण करू शकतोस." करण म्हणाला आणि मी दचकलोच. ह्याला काय मनातले कळते की काय?

"तुला... मी काय..." एवढेच मी बोलू शकलो.

"अरे काही विशेष नाही. माझ्या अनालेसिस प्रमाणे तू एक सरळ सरळ आयुष्य जगणारा मुलगा आहेस. तू मला तुझ्याबद्दल जे काही त्या दिवशी सांगीतलं त्यावरून मी हा निष्कर्ष काढला. म्हणून हे सगळं ऐकून तू नक्कीच विचार करत असणार की हा माणूस किती चक्रम आहे आणि तू हे असं सगळं करू शकणार नाही, असा मी कयास बांधला." करण अगदी शांतपणे म्हणाला.

त्याचे बोलणे ऐकून वाटले. हो. हे तर अगदी साधे लॉजिक आहे. मी उगाच काहीतरी विचार करत होतो.

"मला वाटलं तुला काही जादूटोणा वगैरे येतो की काय!" मी म्हणालो.

"हा हा! नाही जादूटोणा नाही पण हिपनोसिस नक्की येतं मला. पण तू घाबरू नको. हिपनोसिस लोकांना वाटतं तसं नसतं. पुन्हा कधीतरी यावर बोलू आपण. तो कप आण इकडे. धुवून ठेवतो." म्हणत त्याने कप माझ्या हातातून घेतला.

"पण मला आजच्या केस बद्दल सांग ना. कोणी मारलं असेल? काय वाटतं तुला?" मी खूप उत्सुक होतो.

"आत्ताच काही सांगता येणार नाही. एक दोन गोष्टी बघाव्या लागतील.

मग कळेल. तू सांग, तुला काय वाटतं?" तो माझ्या कडे बघत म्हणाला.

"मला तर साधी चोरी आणि खुनाची केस वाटते. शेरलॉक वगैरे मध्ये उगाच सगळं महा कठीण करून ठेवतात असं मला वाटतं. एक चोर आला, त्याने तिला मारलं आणि जे मिळालं ते घेऊन पसार झाला. त्याने आधीच बघून ठेवलं असणार की सोसायटी मध्ये गार्ड नाही आणि कॅमेराही नाही." मी म्हणालो.

"पण चोर त्याच घरी कसा गेला?"

"मला नाही वाटत की तो मुद्दाम त्याच घरी गेला असेल. सगळ्यात वरच्या घरी गेला कारण तेवढाच आवाज कमी येणार बाकी लोकांना. जगदाळे कडेच जायचं असं काही ठरलं नसावं त्याचं." मी अगदी आत्मविश्वासाने म्हणालो.

"तू म्हणतो ते लॉजिकल आहे. पण यात तू सगळ्या गोष्टी वापरल्या नाहीस. तुला आठवतं आशिष जगदाळे म्हणाला होता की फक्त काही हजार रुपये चोरी झालेत कारण त्यांचे सगळे दागिने बँकेत आहेत? पण तू छान बेशुद्ध पडल्यामुळे तुला हे दिसलं नाही की त्या इनायतच्या बोटात एक महागडी अंगठी आणि कानात हिऱ्याची कर्णफुलं होती. जर तो खुनी चोरी करायला आला होता तर मग त्याने ते का नाही चोरले?"

प्रश्न बरोबर होता. मी म्हणालो, "त्याला घाईत कळलं नसेल."

त्यावर करण हसला.

"अरे लेका, हे म्हणजे असं झालं की मास्तराला बाराखडी येत नाही! चोराला काय चोरायचं, कुठे शोधायचं हे सगळं माहीत असतं. त्यामुळे हा पॉइंट मी ग्राह्य धरणार नाही तुझा. आणि त्या सिगारेट च्या थोटकाचं काय? ते कुठून आलं?"

"अरे त्यात काय. कोणीतरी आलं असेल घरी सिगारेट ओढणारा. एवढं

काय त्याचं." मी खांदे उडवले.

"नाही साहेब. आशिष म्हणाला त्याला सिगारेटचा त्रास होतो. तो अस्थमाचा पेशंट असावा. त्याच्या घरी दोन जागांवर इन्हेलर ठेवलेले दिसले होते मला. म्हणजे दोघांपैकी एक तरी पेशंट असणार. म्हणून मी त्याला सिगारेट मागून पहिली. तेव्हा कन्फर्म झालं की तोच असणार पेशंट. आणि इनायत च्या पोस्ट मॉरटेम मधून पण स्पष्ट होईल. आणि अशी लोकं खूप सावध असतात. त्यांच्या कडे कोणी सहसा सिगारेट ओढत नाही. मग ते थोटुक आलं कुठून?"

"तू साध्या केसमध्ये जरा जास्तच विचार करतोय असं मला वाटतं." मी म्हणालो.

"आणखी काही गोष्टी आहेत. त्याबद्दल मी विचार करतोय. सांगीन तुला. उद्या काही गोष्टी शोधायच्या आहेत. वेळखाऊ काम आहे."

"अरे बापरे. खूप वाजले. तुला उद्या ऑफिस नाही का?" त्याने घड्याळ बघत विचारले.

मला खरेतर ऑफिसला जायची फारशी इच्छा नव्हती पण नवीन नवीन नोकरी होती आणि मी काही करणसारखा सत्यान्वेशी नव्हतो. म्हणून मी पण मग सगळे आवरते घेतले आणि झोपलो.

प्रकरण ५

मंगळवारी सकाळी उठून मी घाईघाईनेच ऑफिसची बस पकडली. आता मला तसे बरे वाटत होते पण डोक्यात फक्त कालची संध्याकाळ होती. सकाळ काय होती आणि संध्याकाळ काय. एकमेकांसोबत काही संबंधच नाही. दिवसभर ऑफिस मध्ये मन लागत नव्हते तरी कसे बसे ट्रेनिंग संपवले. निघता निघता बॉस ने बोलावून घेतले.

"कॉंगरॅट्स समर! तुला प्रोजेक्ट मिळालाय. इतक्या लवकर सहसा प्रोजेक्ट मिळत नाही पण खूप अर्जंट गरज होती म्हणून तुला त्या प्रोजेक्टमध्ये टाकलं आहे. अमेरिकेचा क्लाईंट आहे. काम रात्री असणार." बॉस म्हणाला.

"थँक यू सर. पण म्हणजे रात्री ऑफिसला यावं लागेल का?" मला रात्री यायला अडचण फक्त गाडीची होती. माझ्याकडे गाडी नव्हती.

"हो, यावं तर लागेल. पण हा क्लाईंट या बाबतीत जरा चांगला आहे. सगळ्यांना लॅपटॉप दिलेला आहे. ऑफिस साठी रात्री तुला ऑफिस कॅब येईल घ्यायला. आणि कधी कधी घरून काम करू शकतोस. या करोना मुळे गोष्टी जरा चांगल्या झाल्या आहेत या बाबतीत." बॉस ने मला सांगीतले आणि मला माझ्या नवीन प्रोजेक्ट मॅनेजरचा नंबर देऊन तो निघून गेला.

घरी येताना मी नवीन मॅनेजर सोबत बोलून सगळी माहिती काढून ठेवली. उद्या सरळ रात्रीच ऑफिसला जायचे होते. म्हणजे दिवसभर झोपा काढायला मी मोकळा. मला खात्री होती की आज करण ने सगळे सत्य शोधून काढले असेल. काल तो खूपच कॉन्फिडेन्ट दिसत होता.

घरी पोचतो न पोचतो तर करणचाच फोन आला.

"काय रे समर. पोहोचला का घरी?" त्याने खणखणीत आवाजात विचारले.

"हो अरे. आत्ताच पोचलो. तू कुठे आहेस?"

"मी पाच मिनिटात पोहोचतोय. तू मस्त पैकी चहा करतोस का? मग लगेच निघायचंय." तो म्हणाला.

मी चहा करायला ठेवला आणि फ्रेश होऊन बाहेर आलो तेवढ्यात करण आला. मी खूप कष्टाने कालच्या खुनाबद्दल काहीही बोलणे टाळत होतो. मला यात पडायचंच नव्हतं. आम्ही चहा पीत असताना त्यानेच सुरू केले.

"आज मी दुसऱ्या एका केसमध्ये बिझी होतो. पण तरी मी थोडी फार माहिती काढलीये. इनायतच्या जुन्या ऑफिसमध्ये काही लोकांना भेटलो. तिचे मित्र मैत्रिणी कोण आहेत वगैरे सगळी माहिती काढलीये. त्यांचं हेड ऑफिस बंगलोरला आहे पण बरीचशी कामं इथेच होतात. तिथे पण तिला कधी कधी जावं लागे. पण लग्नानंतर तिने नोकरी सोडली. त्यानंतर जास्त भेटली नाही कोणाला. ती पुण्याला परत आली आहे हे फार लोकांना माहीत नव्हतं. सगळ्यांच्या म्हणण्याप्रमाणे ती अतिशय चांगली मुलगी होती आणि तिच्यासोबत असं काही होणं हे सगळ्यांकरिता धक्कादायक होतं. तिथल्या तिच्या एका मैत्रिणीने एक इंट्रेस्टिंग माहिती दिली आहे. पण ते नंतर.

"आता आपल्याला जायचंय आशिषच्या ऑफिस मधे. चल पटकन तयार हो." करण म्हणाला.

आपण? मला या सगळ्यात पडायचे नाही असा मी मनात विचार करतोय आणि हा हीरो 'आपल्याला जायचंय' म्हणतो? अरे काय सुरू आहे हे? मी मनातल्या मनात असे बोलत बोलत करणच्या बाईकवर बसलो देखील. मला खरेच कळत नव्हते की मी हे का करतोय. पण बहुदा माझी उत्सुकता माझ्या सावध मनावर मात करत होती. का ते माहीत नाही. मी

तसा अतिशय सावधपणे वागणारा मुलगा आहे. हे पण साल्या या करणला माहीत होते. ह्याने हिपनोटाईज् तर केले नाही ना मला? म्हणत तर होता त्या दिवशी की त्याला येते म्हणून हे सगळे. मी मनातल्या मनात खूणगाठ बांधली की या सगळ्या पासून दूर रहायचे - उद्यापासून.

आम्ही पंचवटीवरुन निघून चांदणी चौकातून निघालो. संध्याकाळी या रस्त्याला त्यातल्या त्यात कमी गर्दी असते म्हणाला करण. मला असे काही वाटले नाही कारण पौड रोडला लागल्यावर गाडी खूप हळू चालवावी लागत होती. हीच का ती कमी गर्दी?

आशिषच्या ऑफिस बिल्डींगच्या पार्किंगमध्ये जागा शोधून बाइक लावली. तिथून खूप लांबवर फिरून मग मुख्य दरवाज्याला यावे लागले.

“मला एक सांग करण. मराठे पण तर तपास करत असतीलच ना, मग आपण वेगळं काय करतोय?,” मी विचारले.

“अरे त्यांच्या म्हणण्याप्रमाणे ही एक अगदी सरळ चोरी ची केस आहे. कोणाबद्दल काही संशय नाहीये. आणि तसंही आपल्या पोलिसांना इतक्या केसेस असतात. वर कोणीही राजकारणी आला की त्याच्या मागे लागा. त्यामुळे मीच त्यांना म्हटलं की मी थोडा तपास करतो. एकदा पोस्टमॉरटेम आणि फॉरेन्सिकचे रिपोर्ट आले की मग सगळं एकदा जुळवून बघू आणि केस बंद करू.” करणने सांगीतलं..

एकदाचे मुख्य दरवाज्याजवळ पोहोचलो आम्ही. तिथे सेक्युर्टीला सांगीतले की आशिषला भेटायचे आहे. पाचव्या फ्लोरला ऑफिस होते त्याचे. पण आधी आम्ही तिथल्या रजिस्टर मध्ये रीतसर आमची नावे लिहिली आणि आम्हाला एक एक ‘विसीटर कार्ड’ मिळाले. तिथून आत लिफ्ट पर्यंत जाण्यासाठी आम्हाला ते वापरून एक काचेचा दरवाजा उघडावा लागला. नंतर पाचव्या फ्लोरला पोहोचल्यावर सुद्धा आणखिन एक दरवाजा कार्डने उघडावा

लागला. आमच्या ऑफिस मध्ये पण असेच सगळे आहे. काय एवढी नाटके असतात सगळ्या ऑफिसेसमध्ये माहीत नाही. असे काही गोपनीय काम कोणी करत नाही. तरी उगाच सगळा उपद्व्याप.

पाचव्या फ्लोरला सगळ्या ऑफिसेस मध्ये असतात तशी सगळीकडे छोटी छोटी जागा केलेली होती बसायला आणि लॅपटॉप किंवा डेस्कटॉप ठेवायला. क्यूबिकल्स म्हणतात त्याला. म्हणजे थोडक्यात सांगायचे तर कबुतरांची खुराडे. त्यात सगळी कबुतरे स्क्रीन कडे बघत बसली होती. आपल्यालाही आता हेच सगळे करायचे आहे असा एक विचार मनात आला. थोडे वाईटच वाटले पण इलाज नव्हता. सगळी कडे बघितले तरी आशिषची जागा काही दिसली नाही. मी कोणाला विचारणार इतक्यात करण थोडा पुढे गेला आणि एका सुंदर दिसणाऱ्या मुलीच्या जागेजवळ जाऊन उभा राहिला. तिचे नाव लिहिले होते जागेवर. राधा चौहान. मी मनातल्या मनात विचार केला - वाह रे पठ्ठ्या. खूपच फास्ट निघालास.

“आशिष सरांची केबिन फायर एक्झिट जवळ आहे. तो फायर एक्झिटचा बाण दिसतोय? त्याकडे जा. दरवाज्याला लागूनच केबिन आहे.” राधा म्हणाली.

“थँक यू. तुम्हाला कळलंच असेल ना त्यांच्या बायको बद्दल?” करण म्हणाला.

ती जरा सकपकली. “हो. म्हणजे आजच सकाळी कळलं.” तिने थोडं घाबरत उत्तर दिलं.

“तुम्ही भेटला होता त्यांना कधी?”

“हो एक दोनदा भेटले होते. एकदा लग्नात. त्या नंतर एकदा त्यांच्या घरी काहीतरी कामानिमित्त गेले होते.”

“अच्छा. तुम्ही इथे जवळच राहता का?”

“हो. म्हणजे आशिष सरांच्या घराच्या जवळच.”

“अरे वाह. हे बरं आहे. आजकाल पेट्रोल इतकं महाग झालं आहे की कारपूल करावं लागतं. ऑफिसची लोकं घराजवळ राहत असतील तर शक्य होऊ शकतं. तुम्ही करता की नाही?” करण म्हणाला.

“अं? हो. म्हणजे मी आणि सर येतो कधी कधी एकत्र. सरांनी अजून गाडी घेतली नाहीये इथे.”

“अच्छा. वेरी गुड वेरी गुड. काल केलं होतं का कारपूल?” करणने एकदम तीक्ष्ण नजरेने तिच्या कडे बघत प्रश्न टाकला.

“न् .. नाही. म्हणजे मी काल जरा उशिरा ऑफिसला आले आणि मग सर संध्याकाळी कधी गेले माहीत नाही. माझ्या सोबत नाही गेले” ती आता खूपच घाबरलेली दिसत होती.

“बरं झालं तुम्ही एकत्र परत नाही गेला काल. तुम्हाला ते सगळं बघवलं नसतं.” करण म्हणाला, तशी ती खाली बघू लागली.

“अच्छा आम्ही येतो. धन्यवाद केबिनचा रस्ता सांगीतल्या बद्दल.” करण म्हणाला आणि आम्ही निघालो.

तिथून केबिन दिसत नव्हती. मग तिने सांगीतले तसे गेलो तर अगदी फायर एक्झिटला पोचलो. तिथेच उजवीकडे एक केबिन होती. नाव लिहिले होते. आशिष जगदाळे. आतून फोनचा आवाज येत होता. बहुदा स्पीकर वर टाकला असेल. आम्ही दरवाजा वाजवला तसा आशिषने “यस, कम इन.” म्हटले. आम्ही आत गेलो.

“गेटवरून फोन आला होता तुम्ही दोघं येताय म्हणून. चहा मागवला आहे. येईलच.” असं आशिष म्हणेपर्यंत चहा आलाच. चहाचा घोट घेत घेत तो म्हणाला. “बोला. काय विचारायचं आहे?”

“अहो असं काही खास नाही. मराठे साहेबांचा फोन लागत नव्हता. आणि

मला तुमच्या आई वडीलांच्या आणि सासू सासऱ्यांच्या घरचा पत्ता हवा होता. इथून जात होतो तर म्हटलं तुमच्या कडून घ्यावा." करण म्हणाला. मी त्याच्या कडे बघितले तर चेहऱ्यावर एकही भाव न दाखवता तो हे सगळे बोलत होता.

"हो घ्या लिहून" म्हणत आशिष बोलू लागला.

करण ने पेन बाहेर काढला आणि म्हणाला, "अरे यार, माझा पेन चालत नाहीये. तुम्हीच देता का लिहून? आणि त्यांचे फोन नंबर पण द्या." आशिषने एका कागदावर दोघांचेही पत्ते आणि फोन नंबर दिले. ते करणने नीट खिशात ठेवले व म्हणाला,

"तुम्ही आज ऑफिसला असाल असं वाटलं नव्हतं. म्हणजे काल जे झालं त्यामुळे."

"मराठे म्हणाले बॉडी ताब्यात मिळायला वेळ लागेल. मग मी विचार केला घरी राहून घर खायला उठेल. म्हणून ऑफिसला यावं." आशिषने मान खाली घालून उत्तर दिले.

"तुम्ही काही दिवस तुमच्या आई बाबांकडे का नाही जाऊन राहत? त्यांना ही बरं वाटेल. असं तुम्ही एकटं राहणं बरोबर नाही अश्या दु:खाच्या प्रसंगात." करणने सहानुभूति दाखवत म्हटले.

"आम्ही एकमेकांशी बोलत नाही." आशिष शांतपणे म्हणाला. त्याचा चेहरा ताठरला होता.

"ओह. आय आम सॉरी. मला माहीत नव्हतं."

"इट्स ओके. त्यांना माझं आणि इनायतचं लग्न पसंत नव्हतं. त्यांनी खूप प्रयत्न केले आम्हाला वेगळं करण्याचे. लग्नाच्या आधी आणि नंतरही. पण आम्ही ऐकलं नाही. म्हणून ते आमच्याशी बोलत नाही. म्हणजे, आता माझ्याशी बोलत नाही." त्याच्या चेहऱ्यावरचे भाव मला नीटसे कळले नाही.

राग होता की दु:ख.

“आजकालच्या जमान्यात सुद्धा आई वडील असे का वागतात कळत नाही.” करण शून्यात बघत बोलला. त्याच्या डोळ्यात काहीतरी वेगळेच भाव होते. ते ही मला कळले नाही. मला फेस रीडिंग शिकायला पाहिजे.

“बरं आणखी एक छोटासा प्रश्न. काल खून झाला तेव्हा तुम्ही कुठे होतात?” करणने त्याच्यावर नजर रोखून विचारले.

आशिष आधीच थोडा रागवलेला होता. त्यात हा प्रश्न ऐकून तो तडकलाच, “आता तुम्ही माझ्यावर संशय घेताय? काल मराठे म्हणाले की तुम्ही त्यांच्या सोबत काम करता म्हणून मी उत्तरं देतोय. पण मी तिला मारलं असं कसं तुम्हाला वाटू शकतं?”

“अरे नाही नाही. तुम्ही चुकीचं समजताय. अहो मराठे आहेत बिझी त्यांच्या कामात. म्हणून त्यांनी मलाच ही सगळी माहिती गोळा करायला सांगितली आहे. ही माहिती एकदा केस फाइल मध्ये टाकली की झालं. मग त्यांना पुन्हा तुम्हाला त्रास द्यायची गरजच नाही.” करणने आशिषला समजावण्याचा प्रयत्न केला.

ते ऐकून तो थोडा नरमला. “काल मराठे म्हणाले की एक ते दोन च्या दरम्यान सगळं झालं. मी ऑफिस मध्ये होतो त्या वेळेस. माझ्या केबिन मध्येच. कॉल सुरू होता माझा.” त्याने स्पष्टीकरण दिले.

“कोणी पुष्टि करू शकेल का याची?”

“हो. म्हणजे माझ्या कॉलवरचे लोक सांगू शकतात. आणि ऑफिस मधले लोक देखील सांगतील.”

“तुम्ही रोज ऑफिसला कसे येता?” करण ने लगेच दूसरा प्रश्न टाकला.

“अं.. मी कारपूल करून येतो. माझी एक कलीग आहे. तिच्या गाडीने.” आशिष पुटपुटला.

"काल पण?" करणने प्रश्न सुरूच ठेवले.

"नाही. काल आम्ही दुपारी येणार होतो ऑफिसला. पण अचानक माझ्या काही मीटिंग्स ठरल्या म्हणून मग मी सकाळीच रिक्शा ने आलो." आता आशिष जरा चिंतेत दिसला.

"कुठे गेला होता का दिवसभरात?"

"नाही," तो म्हणाला.

"बस. झालं की मग. तुमचे डिटेल्स घेऊन झाले. आता पुन्हा तुम्हाला तसदी द्यायची गरज पडणार नाही." करण म्हणाला आणि उठला.

आम्ही निघणार इतक्या करण त्याला म्हणाला,

"आशिष, आमची गाडी पार्किंग मध्ये खूपच आत आहे. मुख्य दरवाज्यातून गेलो तर खूप चालावं लागेल. आम्ही फायर एक्झिटने जातो. तुम्ही आमचे हे विसीटर कार्ड सेक्युर्टीला द्याल का जाता जाता?"

"हो देतो. नो प्रॉब्लेम." आणि आम्ही आमचे कार्ड त्याला दिले.

बाहेर येऊन फायर एक्झिट उघडायचे बटण दाबले आणि जिन्यात आलो. एक जिना खाली उतरलो तर करण ओरडला.

"अरे यार. माझा पेन तिथेच विसरलो. थांब तू, मी आलोच घेऊन."

किती वेंधळा आहे हा. कसे काय हे काम करतो माहीत नाही. त्या शेअर मार्केट मध्ये पण पैसे बुडवत असणार नक्की हा महानुभाव. मी विचार केला. तेवढ्यात करण तोंड लटकवून खाली आला.

"कसली एवढी सेक्युर्टी असते रे तुमच्या ऑफिसेस मध्ये? च्यायला जिन्यात येताना बटण दाबून आणि पुन्हा आत जाताना कार्ड पाहिजे! काय असं सीक्रेट काम करता तुम्ही? गेला तो पेन उडत. तसंही शाई संपली होती त्यातली." तो भयंकर चिडलेला होता. पण त्याचे विचार माझ्या सारखेच होते

म्हणून मी काही बोललो नाही.

आम्ही खाली आलो आणि घराकडे निघालो. घरी पोहचेपर्यंत मला धाकधूक लागली होती. हा इतका चिडून गाडी कशी चालवेल? पण त्याने नीट चालवली आणि आम्ही घरी येऊन पोहोचलो. डबे आले होते. आज वांग्याची भाजी होती. ती बघून मग मी चिडचिड करायला लागलो. पण करणने त्याची आणि माझी, अश्या दोन्ही भाज्या संपवल्या. वांगी कशी कोणाला आवडतात? करणच्या विचित्रपणा मध्ये आणखी एक गोष्ट वाढली.

जेवताना मी त्याला विचारले, “मला खरं खरं सांग. काय माहिती मिळाली तिथे जाऊन आपल्याला? हे सगळं तर आपण फोन वर सुद्धा विचारू शकलो असतो.”

करण हसला, “अरे, मग त्या राधाला कसं भेटलो असतो?”

मी डोळा मारत म्हणालो, “असं आहे तर. तिच्यासाठी एवढं? आणि तुला आधीपासूनच काय माहिती ती कोण कशी ते?”

“तुला काय वाटलं मी दिवसभर काय केलं काल?” त्याने प्रश्नार्थक नजरेने माझ्याकडे बघितले. माझ्या चेहऱ्यावरचे भाव बघून तोच पुढे म्हणाला,

“अरे मी काल आशिषच्या ऑफिसच्या लोकांकडे चौकशी केली. ऑफिसच्या बाहेर. त्यात मला सेक्युर्टी गार्ड कडून कळलं कारपूल बद्दल. नंतर एक-दोघांच्या बोलण्यातून असं जाणवलं की ह्या राधाला आशिष मध्ये इंट्रेस्ट आहे. आशिष जेव्हा लग्न करून मुंबईला निघून गेला तेव्हा तिने ट्रान्सफरचा प्रयत्न केला होता पण ते झालं नाही. आणि आता हा परत आल्यावर ती दोघं बऱ्याच वेळा सोबत असायची. आशिष कडून काही आहे का माहीत नाही. पण राधा नक्की त्याच्या प्रेमात आहे. म्हणून मला एकदा तिला बघायचं होतं.”

“असं आहे तर. तरी मी म्हटलं तू एकदम तिच्याकडे कसा काय गेला बोलायला.” मी म्हटले.

“आणि दूसरं म्हणजे, तिथे जाऊन मला आणखी एक गोष्ट बघायची होती. ती बघितली आणि आता आपण म्हणू शकतो की आशिष ने खून केलेला नाही.”

“काय?!” मी उडालोच.

“नाही कळलं?” करणने विचारताच मी नकारार्थी मान डोलावली.

“तू बॉडी जवळचे रक्ताचे थेंब नीट पाहीले होते का? दरवाज्यातून आत आल्यावर उजव्या भिंतीवर ते होते. आणि जमिनीवरचे थेंब पण डावीकडून उजवीकडे होते. याचा अर्थ काय?” करणने प्रश्न टाकला.

“म्हणजे, मला माहीत नाही.” थकल्यामुळे आणि झोपेमुळे मला काही सुचत नव्हते.

“म्हणजे वार डावीकडून उजवीकडे झाला होता. नंतर ती खाली पडल्यावर तिच्या चेहऱ्यावर पुन्हा पुन्हा वार केला होता, पण पहिला वार डावीकडून उजवीकडे होता. याचा अर्थ खून करणारी व्यक्ती डावखुरी होती.” करणने सांगीतले.

“बरं मग?”

“मग काय, आपण जेव्हा आशिषला पत्ता विचारला तेव्हा त्याने उजव्या हाताने लिहिला. म्हणजे तो खुनी नाही! त्यात तो दुपारी त्या कॉल वर पूर्ण वेळ ऑनलाइन होता असं त्या कॉल मध्ये असलेल्या लोकांकडून मी दुपारीच माहिती काढून घेतली होती. त्याला आपण संशयीतांच्या यादीतून काढू शकतो.”

“ओह. म्हणून तुझा पेन चालत नाही म्हणाला तू तिथे!”

“नाही. माझा पेन खरंच चालत नव्हता!” करण जोरात हसला. “पण तो

चालत असता तरी मी तसच म्हटलं असतं त्याला."

"मग त्या राधाचं काय?" मी विचारले.

"ती पण डावखुरी नाही. तिच्या डेस्कटॉपचा माऊस उजवीकडे होता." करण अगदी बेफिकिरीने म्हणाला. मी तर लक्षही दिले नव्हते तिच्या माऊस कडे. याचे लक्ष बरोबर होते. आणि मला वाटत होते की हा तिच्यावर लाइन मारतोय.

एव्हाना आमचे जेवण झाले होते. सगळे आवरताना मी त्याला माझ्या प्रोजेक्ट बद्दल सांगीतले. तो खुष झाला.

"चला म्हणजे तू माझ्या बरोबर दिवस भर फिरू शकतोस तर!" तो म्हणाला.

"साहेब. रात्री ऑफिस आहे. म्हणजे दिवसा झोपणार ना मी? तुझ्या सोबत कसं येईन?" मी विरोध दर्शवला.

"झोपशील रे. झोप कुठे जात नाही. तसंही तू आता झोपल्यावर उद्या दिवसा तुला झोप लागणारच नाही." तो हसला.

"ठीक आहे. उद्या बघू." मी म्हणालो आणि झोपायची तयारी करू लागलो.

खिडकीतून चंद्राचा प्रकाश येत होता. छान गार झालं होतं. मी डोळे बंद केले आणि करणला विचारले.

"मग उद्या जगदाळे सीनियर कडे का?"

तो हसला.

"नाही. साजिद."

माझे डोळे खाडकन् उघडले. "म्हणजे आपण अमरावतीला जायचं??"

"नाही रे वेड्या. आपण पुणे सोडून कुठेही जात नाहीये." करणने माझे शंकानिरसन केले.

“पण तू म्हणालास ना, साजिदला भेटायचे आहे म्हणून?” मी अजूनही गोंधळलेला होतो.

“काल संध्याकाळीच मराठेंनी इनायतच्या घरच्यांना फोन केला होता. इनायतचे आई वडील बसने पोहोचतील पुण्याला उद्या.”

“अच्छा म्हणजे तिघंही उद्या सकाळी येणार आहेत तर.”

“तिघं नाही. दोघं.”

“म्हणजे? साजिद नाही येणार?”

“नाही. साजिद आधीच पुण्यात आहे.” करण कुशीवर वळून झोपताना म्हणाला.

साजिद पुण्यात? म्हणजे त्यानेच तर..? मी विचार करता करता कधी झोपलो कळलेच नाही.

प्रकरण ६

सकाळी आठला जाग आली. करण आधीच उठून काहीतरी करत बसला होता. फ्रेश होऊन आलो तेव्हा त्याने आधीपासूनच बनवलेला चहा मायक्रोवेव मध्ये गरम करून माझ्या हातात दिला.

"अश्या सवयी लावू नकोस रे. हातात चहा वगैरे." मी खाली बसत म्हणालो.

"उद्याचा चहा तू कर." त्याने त्याच्या लॅपटॉप मधून डोके वर करत म्हटले.

थोड्या वेळाने आंघोळ वगैरे करून मी तयार झालो. तो पर्यंत साडे नऊ झाले होते. करणने लॅपटॉप बंद केला आणि तयारी करू लागला. बहुदा मार्केट मध्ये काहीतरी ट्रेड करायसाठी बसला होता. म्हणून मार्केट सुरू झाल्यावर अर्ध्या तासात तो निघाला.

आम्ही इनायतच्या वडीलांना, म्हणजे अबिद खान, यांना फोन करून हॉटेलचा पत्ता घेतला होता. शिवाजी नगरला एका ओयो रूम मध्ये उतरले होते. आम्ही तिथे पोहोचलो तेव्हा साडेदहा झाले होते. अबिद खान यानेंच दार उघडले.

साधारण साठ वर्षांचे असतील. चेहऱ्यावर दाढी व मिशी होती. ठेंगणे आणि स्थूल होते. थकवा आणि दु:ख दोन्ही त्यांच्या चेहऱ्यावर दिसत होते. बाजूलाच त्यांची बायको, म्हणजे अमीना होत्या. त्या सुद्धा ठेंगण्या आणि स्थूल होत्या. बुरखा घातलेला होता पण चेहरा उघडा होता. साजिद एका खुर्चीवर बसला होता. छोटीशी दाढी, उंच आणि थोडा सावळासा होता. चेहरा थोडा त्रासिक होता त्याचा.

आम्ही दोन खुर्च्या ओढल्या आणि बसलो.

"माफ करा पण तुम्हाला काही प्रश्न विचारायचे आहेत. वेळ जरा चुकीची आहे पण तरी करावं लागतं." करण म्हणाला. मराठेंनी त्यांना आधीच कल्पना दिलेली असल्यामुळे त्यांनी नाराजी दाखवली नाही.

"विचारा." अबिद म्हणाले.

"तुमचे आणि इनायतचे संबंध कसे होते?" करणने विचारलं.

साजिद ने थोडी चुळबुळ केली आणि अबिद नी त्यांच्या बायको कडे बघितले. ती मान खाली करून बसली होती. ते बोलायला लागले.

"आता लपवून काही अर्थ नाही. तिने आमची इज्जत धुळीला मिळवली. आम्हाला तिचं लग्न नाही आवडलं. वेगळ्या धर्माचा पोरगा नको होता आम्हाला. त्यात त्या पोराच्या घरचे पण तयार नव्हते म्हणजे झालंच. तिला कसं वागवतील? ते मोठ्या घरचे आहे. त्यांनी काहीतरी केलं असणार. मी सांगतो ना."

"तुम्ही तिच्याशी संबंध ठेवले नाही का लग्नानंतर?"

"नाही. एकदाही बोललो नाही आम्ही त्यानंतर. पण आता असं झाल्यावर कमीत कमी नीट दफन करावं तिला म्हणून आलो. एवढं तर करावच लागेल." अबिद म्हणाले.

"मग तुम्हाला इनायत आणि आशिषच्या संबंधांबद्दल काही माहीत नसेल."

"नाही."

"ओके. परवा तुम्ही सगळे अमरावतीलाच होता?"

"आम्ही दोघं होतो. साजिद इथे होता. पुण्यात. आमचं तिकडे दुकान आहे किराण्याचं. त्यासाठी थोडं काम होतं इथे. परवा पोलिसांना सांगीतलं होतं तसं."

"अच्छा. ठीक आहे. मला आणखी काही विचारायचं नाहीये. अं, साजिद, तू जरा खाली येतोस का आमच्या बरोबर? थोडे आणखी डिटेल्स हवे आहेत तुझ्याकडून. पोलिसांना लागतात." करण म्हणाला, आणि आम्ही तिघे खाली आलो. करणने सिगारेटचे पाकिट काढले.

"अरे यार. सिगारेट संपल्या माझ्या. साजिद तुझ्याकडे आहे का सिगारेट?" करणने त्याची नेहमीची ट्रिक वापरली.

साजिद ने पाकिट बाहेर काढून त्याला एक सिगारेट दिली. मार्लबोरो आइस बर्स्ट ब्रँड ची मेनथ्ओल सिगारेट होती. करणने ती घेतली आणि त्याच्या चेहऱ्यावर मला एक मंद हास्य दिसले. त्याने सिगारेटचा ब्रँड ओळखला होता.

"साजिद, परवा सकाळी तू इनायतला भेटायला गेला होता ना?" करणने सरळ प्रश्न केला.

साजिदच्या हातून सिगारेटचे पाकिट खाली पडले. तो करणकडे बघत राहिला.

"खोटं बोलून काही होणार नाही. तिथे तुला लोकांनी बघितलं होतं. त्यामुळे तू खरं खरं सांगीतलं तरच बरं होईल. आणि मला सांगीतलेलं चांगलं. नाहीतर हवं असेल तर मी सब-इंस्पेक्टर मराठेंना बोलवतो." करण अगदी निर्विकार चेहऱ्याने खोटे बोलला.

साजिदने शरणागती पत्करली. तो मान खाली करून बोलू लागला.

"हो. मी तिला भेटायला गेलो होतो. माझ्या घरच्यांनी तिच्याशी संबंध तोडले होते. पण मला शक्य नव्हतं ते. बहीण होती ती माझी. आमचं चांगलं जमायचं. म्हणून आम्ही लपवून एकमेकांशी बोलायचो मध्ये मध्ये. ती पुण्याला आली तेव्हा मी तिच्याकडून पत्ता घेतला होता. परवा सकाळी मी पुण्याला आलो होतो कामासाठी. तेव्हा तिला भेटायला गेलो होतो. पण मी

तिला मारलं नाही. खरं सांगतोय. इनायत ची कसम." साजिद अगदी रडकुंडीला आला होता.

"मला नीट सगळं सांग. तिथे किती वाजता गेलास, तिथे काय काय घडलं. सगळं. जर तू काही केलं नसेल तर मी तुला काहीही होऊ देणार नाही. पण सगळं नीट सांगायचे." करण साजिदच्या खांद्यावर हात ठेवून म्हणाला. साजिद थोडा शांत झाला.

"मी तिला सांगीतलं नव्हतं की मी पुण्याला आलोय. तिला न सांगताच मी तिच्याकडे गेलो. दहाच्या सुमारास गेलो असेन. आशिष साडे नऊ पर्यंत घरून निघतो असं तिने एकदा मला सांगीतलं होतं म्हणून मी थोडं उशिराच गेलो. तिने हसत दार उघडलं आणि मला बघून दचकलीच. थोडी घाबरलेली दिसली. मी तिला विचारलं तर काही नाही म्हणाली. मग आम्ही थोडावेळ गप्पा मारल्या. पण ती थोडी घाईत वाटली. सारखी फोन वर काहीतरी करत होती. इतक्यात माझा फोन आला म्हणून मी बाल्कनीत गेलो बोलायला. ज्या व्यापाऱ्याला भेटायला आलो होतो त्याचाच फोन होता. तो म्हणाला तो मार्केट यार्डला पोहोचला आहे. म्हणून मग मी तिच्या घरून निघून मार्केट यार्डला गेलो."

"साधारण किती वाजता निघाला तू?"

"साडे दहा वाजले असतील."

"तू म्हणालास की ती घाबरलेली होती?"

"हो. म्हणजे मला तरी तसं वाटलं. कारण मला दरवाज्यात बघून तिच्या चेहऱ्यावरचे भाव एकदम बदलले. आणि नंतर पण ती सारखी चुळबुळ करत होती."

"बरं. तिने तुला चहा वगैरे नाही विचारला?"

"नाही. मला पण थोडं नवल वाटलं. पण तिची ती अवस्था बघून मी

पण काही बोललो नाही. आणि तसही मग मला तो फोन आला तर मी निघूनच गेलो."

"आणखी काही आठवतंय? एक धातुची मूर्ती आठवतेय?"

"नाही. असं काही लक्षात नाही माझ्या."

"बरं. मला एक सांग. तू बाल्कनीत जाऊन सिगारेट का ओढलीस? आत का नाही?"

साजिद एकदम चपापला. आश्चर्यचकित होऊन करण कडे बघत राहिला, मग भानावर येऊन म्हणाला,

"ते.. आशिषला अस्थमा आहे. मला इनायत ने सांगीतलं होतं एकदा. म्हणून मी विचार केला की आत सिगारेट ओढली तर वासाने त्याला नंतर त्रास होईल. म्हणून मी बाल्कनीत ओढली."

करणचे समाधान झाल्यासारखे दिसले.

"ठीक आहे साजिद. त्या व्यापाऱ्याचा नंबर दे, ज्याला तू भेटायला गेला होतास. म्हणजे तुझी बाजू नीट मांडता येईल. आणि काही लागलं तर तुला फोन करतो. तसं आज किंवा उद्या इनायतची बॉडी मिळेल बहुदा."

साजिदच्या डोळ्यात पाणी होते. त्याने करणने दिलेल्या कागदावर नंबर लिहून दिला आणि आम्ही निघालो. बाइक जवळ पोहचून करणने त्या व्यापाऱ्याला फोन करून खात्री करून घेतली आणि त्याचा पत्ता वगैरे लिहून घेतला.

बाईकवरून जाताना मी त्याला विचारले, "ते सिगारेटचं थोटुक याचं होतं हे तू ब्रँड वरून ओळखलं हे मला जाणवलं. पण हा ब्रँड तर बरेच लोक वापरत असतील ना?"

"नाही. मी जरी सिगारेट ओढत नसलो तरी मला थोडीफार माहिती आहे या बद्दल. हा ब्रँड जास्त लोक वापरत नाही. यात मेनथ्ओलचा एक छोटासा

बॉल असतो फिल्टर जवळ. तो दाबायचा आणि मग सिगारेट पेटवायची. मग त्याला चांगली चव येते मेनथ्ओलची. असं सगळं असल्यामुळे ही थोडी महाग सिगारेट आहे. पण नेमकी हीच सिगारेट साजिद जवळ होती. इतका मोठा योगायोग होणार नाही."

"अच्छा. पण मला सांग. ते सिगारेटचं थोटुक खूप दिवसांपासून पण पडलेलं असू शकतं ना तिथे? त्याच सकाळचं होतं ते कशावरून?"

"त्या बाल्कनीच्या मागे मोठ्ठं पटांगण आहे. तिथून खूप धूळ येत असणार. त्या थोटुकावर खूप कमी धूळ होती. म्हणजे ते जास्त वेळ तिथे पडलेलं नसणार. परत जर ते त्या दिवशीच्या आधी तिथे पडलं असतं तर झाडताना निघून कचऱ्यात गेलं असतं. ऑफ कोर्स एक शक्यता होती की सकाळी झाडलंच नसेल तिने. म्हणून मी चान्स घेऊन त्याला तिथे जाण्याबद्दल प्रश्न विचारला. आणि ते बरोबर होतं."

"आणि तू साजिदला नंबर लिहायला कागद दिला ते तो डावखुरा आहे का हे बघायला ना?"

"अगदी बरोबर. पण त्याने उजव्या हाताने लिहिलं. आणि त्या व्यापाऱ्याने सुद्धा सांगीतलं की तो साडे अकरा पासून तीन वाजेपर्यंत तिथेच होता. मराठेंची माणसं तिथे जाऊन खात्री करून घेतीलच. म्हणून आपण त्याला संशयीतांच्या यादीतून काढू शकतो."

"ग्रेट. सॉलिड आहेस तू यार. हे जरा जास्तच शेरलॉक होम्स टाइप झालं." मी पूर्णपणे भारावून गेलो होतो.

"तो माझा सगळ्यात आवडता डिटेक्टिव्ह आहे. पुस्तकातला असला तरी त्याच्या कडून खूप काही शिकता येण्यासारखं आहे" करण उद्‌गारला आणि आमची बाइक रेंज हिल कॉर्नर जवळ येऊन थांबली. बाजूला एक आलीशान इमारत होती. त्यावर लिहिले होते -

जगदाळे बिल्डर्स.

प्रकरण ७

जगदाळे बिल्डर्सचे ऑफिस खुपच आलीशान होते. तसे माझे ऑफिस सुद्धा आलीशान आहे. पण हे म्हणजे जरा जास्तच होते. उंच छत. अतिशय सुंदर दिव्यांचे झुंबर. सगळीकडे महागड्या शोभेच्या वस्तु. मऊ सोफा. आणि अगदी सूट बूट घातलेले लोक. हे सगळे बिल्डींगच्या आत आल्या आल्या होते. तिथे एक माणूस आमच्या कडे आला आणि त्याला आम्ही सांगीतले की आम्हाला अविनाश जगदाळेंना भेटायचे आहे. त्याने लगेच कोणाला तरी फोन केला आणि मग आम्हाला म्हणाला,

"आय आम वेरी सॉरी सर. पण सर कोणाला अपॉइंटमेंट शिवाय भेटू शकत नाही आज. तुम्हाला पुढच्या आठवड्यातली अपॉइंटमेंट देऊ का?"

करणने लगेच आपला पोलिसी खाक्या दाखवला (पोलीस नसून सुद्धा).

"आम्ही पोलीस स्टेशन मधून आलोय. साध्या वेशात आहोत. हवं तर सब-इंस्पेक्टर मराठेंना फोन करून खात्री करा. लगेच भेटायचे आहे. महत्त्वाचं काम आहे. जर जमणार नसेल तर उद्या मराठे सोबत येतो. पण मग उगाच त्याची चर्चा होईल बाहेर."

तो माणूस जरा हबकला आणि त्याने पुन्हा फोन केला. पाच मिनिटात एक मुलगी लिफ्ट ने खाली आली आणि आम्हाला म्हणाली, "सरांनी तुम्हाला केबिन मध्ये बोलावलं आहे."

तिच्या मागे मागे आम्ही त्या ऑफिसची शान बघत जायला लागलो. केबिन सातव्या मजल्यावर होते. आत देखील तश्याच महागड्या वस्तु होत्या. एक आलीशान टेबलाच्या मागे अविनाश जगदाळे बसलेले होते. धिप्पाड, असे त्यांचे वर्णन करता येईल. केस कलप लावून रंगवलेले होते तरी त्यांचे वय

नक्की साठीच्या आसपास आहे असे त्यांच्या चेहऱ्याकडे बघून वाटत होते. जाडजूड मिशी त्यांना आणखिनच भीतीदायक बनवत होती.

"तुम्हाला किती वेळा सांगीतलं की ऑफिस मध्ये यायचे नाही. धमालेला या आधिपण मी सांगीतलेलं आहे. तरी तुम्ही इथे कशा साठी आलात?" त्यांनी ओरडूनच विचारले.

"आम्ही वेगळ्या कामासाठी आलो आहोत. धमालेचा याच्याशी काही संबंध नाही." करण खुर्चीवर बसत तेवढ्याच शांतपणे म्हणाला. मी देखील बसलो. हा धमाले कोण? जगदाळेंची काहीतरी गफलत झालेली दिसतेय. हा धमाले नक्की कोणीतरी पोलिसांतला माणूस असावा आणि आम्ही त्याचीच माणसे आहोत असे यांना वाटले असणार.

"काय काम आहे?" त्यांनी रागानेच विचारले.

"तुमच्या सुनेच्या, म्हणजे इनायतच्या, खुनाबद्दल चौकशीसाठी आलोय आम्ही. केस सब इंस्पेक्टर मराठेंकडे आहे. त्यांच्याच सांगण्यावरून आलो आहोत." करण म्हणाला.

"ती आमची सून नाही. तिचा आमच्याशी काहीही संबंध नाही." जगदाळे ठणकावून बोलले.

"तुमच्या पोराशी तरी संबंध आहेत ना?"

"नाही. त्याने लग्न केल्यापासून आम्ही बोललो नाही. तो वेगळा राहतो."

"म्हणजे तुम्हाला हे लग्न मान्य नव्हतं तर."

"हो. नव्हतं मान्य. घराण्याची काही परवाच नाही पोराला? इतकी स्थळं सांगून आली होती. एकापेक्षा एक सुंदर आणि बिझनेस घराण्यातला मुली. पण नाही. याला त्या परजातीच्या, परधर्माच्या पोरीशीच करायचं होतं लग्न. खूप समजावलं. पण ऐकायलाच तयार नाही. शेवटी प्रॉपर्टीतून बेदखल करतो म्हटलं तर म्हणाला, करा. मला नकोय तुमचा पैसा. आणि निघून गेला.

तसंही त्याला बिझनेस मध्ये काही रस नव्हता. नोकरी करायचा त्या छोट्या कंपनीत. आई बापाची काही काळजी नाही. त्या पोरीने काय जादू केली होती माहीत नाही." जगदाळे रागाने फणफणत होते.

"तुम्ही त्यांचं लग्न मोडण्याचे प्रयत्न केले होते नंतर सुद्धा?"

"हो केले होते. का नाही करू? त्याच्या मित्रांना सांगून त्याला समजावण्याचा खूप प्रयत्न केला. पण त्याने ऐकलं नाही. मग सोडून दिलं. म्हटलं जे नशीबात आहे ते होईल. त्याच्या आईने आधी थोडं रडगाणं केलं पण मग तिलाही कळलं की पोरगा काही ऐकत नाही. आता तिनेही विचार सोडून दिला आहे."

"तुम्हाला माहीत होतं की ती दोघं पुण्यात आली आहेत?"

"हो. त्याच्या एका मित्राने सांगीतलं होतं."

"मग तुम्ही त्यांना भेटण्याचा प्रयत्न केला नाही? किंवा आशिष देखील आला नाही?"

"नाही."

"तुम्हाला खून झाल्याचं कधी समजलं?"

"दुसऱ्या दिवशी सकाळी. पेपरमध्ये वाचून."

"तुम्हाला आशिष ने सांगीतलं नाही?"

"तुम्हाला सांगीतलं ना? आमच्या करता तो मेला आहे. आता आमचे काहीही संबंध नाही!" जगदाळे ओरडूनच बोलले.

"बरं तुम्हाला कळल्यानंतर तरी तुम्ही फोन केला असेलच ना?"

"किती वेळ तेच तेच सांगू? आमच्या करता तो या जगात नाहीये!" जगदाळे एकदम बिथरलेच.

"बरं. मला आणखी काही विचारायचं नाहीये. काही गरज लागली तर पुन्हा येईन" असे म्हणत करण उठला.

“पुढच्या वेळेला अपॉइंटमेंट घेऊन या.” ते गडगडले.

करण काही बोलला नाही. आम्ही शांतपणे खाली आलो आणि बाइक कडे निघालो.

“मला तर वाटत होतं तो जगदाळे मारून टाकेल आपल्याला. वेळेवर सटकलो आपण तिथून.” मी हसत म्हणालो.

“करणला मारणं इतकं सोपं वाटलं का तुला? कराटे मध्ये ब्लॅक बेल्ट आहे मी!”

हे माझ्या करता आणखी एक नवल होतं. हा काय माणूस आहे. कांद्यासारखा. एक एक पाकळी काढली तरी आत नवीन काहीतरी असतेच.

“आणि आशिषची आई? तिच्याशी बोलायचं नाही का तुला?” मी विचारलं.

“अविनाश जगदाळेचं एकंदरीत व्यक्तिमत्व बघता मला त्याची गरज वाटत नाहीये. सगळीकडे हुकूम गाजवणारे आहेत ते. त्यांची बायको त्यांच्या शब्दाबाहेर नसावी. त्यामुळे ती असं काही करेल असं मला वाटत नाही. या दोघांपैकी कोणी करू शकतो तर तो जगदाळे. ती नाही.”

बाइक सुरू करायच्या आधी त्याने मराठेंना फोन केला. त्यांच्याशी काहीतरी बोलून मग आम्ही घरी आलो. भूक लागली होती म्हणून रस्त्यात एका छोट्याश्या रेस्टरौं मधून जेवण पॅक करून नेले. डबा फक्त रात्रीचा होता. जेवताना मी त्याला केस बद्दल विचारले. तो म्हणाला,

“अविनाश जगदाळे हा मोठा माणूस आहे. स्वत: खून करणार नाही. कोणाला तरी सांगून खून करवू शकतो. पण त्याच्याशी बोलून खरं तर मला असं वाटत नाही की त्याने केलं असेल. एक तर उगाच खुनाच्या फंदात पडून आपला बिझनेस खराब करणार नाही. दूसरं म्हणजे, त्याच्या बोलण्यात राग जरी असला तरी मला त्याच्यात डोळ्यात दु:ख जास्त दिसलं, आणि असंही

वाटलं की त्याने खरंच आशिषचा विचार सोडून दिला आहे. तरीही मी मराठेंशी बोलून त्यांचे सोमवार पासूनचे कॉल रेकॉर्डस काढायला सांगीतले आहे. बघू काही मिळतं का."

"अच्छा. म्हणजे आपला डावखुर्या माणसाचा शोध सुरूच ठेवायचा आहे तर." मी चिकन खात खात म्हणालो.

"हो" तो विचार करत म्हणाला.

इतक्यात त्याचा फोन वाजला. मराठे. तो बाहेर जाऊन काहीतरी बोलला. आत आला तेव्हा त्याच्या चेहऱ्यावर जरा गोंधळलेले भाव होते.

"मराठेंचा फोन होता. पोस्ट मॉरटेमचा रिपोर्ट आलाय. काही नवीन नाहिये म्हणाले. खून दुपारी १ ते २ च्या दरम्यान झाला म्हणाले. डोक्यावर जबरदस्त मार लागल्याने. मारायला ती बाजूची धातुची मूर्ती वापरली गेली. त्यावर आणि इतर जागांवर सुद्धा इनायत आणि आशिषच्या बोटांचे ठसे आहेत. साहजिकच आहे. त्यांचच घर आहे ते. चहाच्या कप वर ठसे मिळाले. एका कप वर इनायतचे. दुसऱ्या कप वर इनायत आणि आणखिन एका व्यक्तीचे. कोणाचे ते माहीत नाही. बाकी रूम मध्ये आणि आजूबाजूला काही विशेष मिळालं नाही. दरवाज्यावर खूप लोकांचे ठसे आहेत. कारण फॉरेन्सिक चे लोक यायच्या आधी तिथे बरेच लोक डोकावून गेले होते. त्यामुळे तिथले ठसे काही कामाचे नाहीत. तसे ते त्या रिपोर्टची ई मेल मला पाठवतीलच."

"म्हणजे तो जो कोणी चहा प्यायला, तोच खुनी असणार." मी म्हणालो.

"असंच वाटतंय. चहा पिणारा डावखुरा व्यक्ती." तो म्हणाला.

आमच्या लिस्ट मध्ये कोणीच संशयित उरला नव्हता. आशिष आणि राधाला आम्ही आधीच यादीतून काढून टाकले होते. साजिदला पण यादीत जागा नव्हती. अविनाश जगदाळे पण, बहुदा, यादीच्या बाहेर होते. मग आता

नवीन संशयित कुठून आणायचा?

"करण. आता पुढे काय? कोणाचीच चौकशी राहिली नाही आता."

"राहिली आहे. एकाची. थोड्या वेळात तिथे जायचं आहे."

"कोणाची?"

"राहुल चंदावरकर."

प्रकरण ८

राहुल चंदावरकर. हे नाव आता पर्यंत कुठल्याच बोलण्यात आणि तपासात आले नव्हते. मग अचानक कुठून उपटले मला कळेना. जेवण करून थोडावेळ करण लॅपटॉप वर काहीतरी करत बसला. बहुदा शेअर मार्केट मध्ये किती पैसे मिळवले (किंबहुना बुडवले) हे बघत असावा. मी तो पर्यंत एक झोप काढली. रात्री ऑफिसला जायचे होते. त्यामुळे थोडे झोपणे आवश्यक होते. तसेही मला झोपायला आवडतेच.

करणने चहा बनवून मला उठवले. तेव्हा चार वाजले होते. मार्केट बंद झाले होते म्हणून त्याचे काम संपले असणार. चहा घेताना मी न राहवून विचारलेच,

“हा नवीन माणूस कोण?”

“त्या दिवशी जेव्हा तू ऑफिसला गेला होतास, मी आशिषच्या ऑफिस मध्ये चौकशी केली होती. त्यानंतर मी इनायतच्या जुन्या ऑफिस मध्ये सुद्धा चौकशी केली होती - मी सांगीतलं होतं तुला.”

मला आठवले. तो म्हणाला होता खरा. पण तेव्हा जास्त काही बोलला नव्हता.

“तर तिथे मला कळलं की हा राहुल चंदावरकर तिच्याच ऑफिस मध्ये कामाला आहे. त्यांच्या बंगलोरच्या ऑफिस मध्ये. पण कामानिमित्त इथे बऱ्याचदा येतो. त्याला इनायत आवडायची. त्यांचं नक्की काय नातं होतं हे माहीत नाही पण लोकांना वाटतं की त्यांचं काहीतरी सुरू असावं. तो इथे आला की ते बरेच वेळा सोबत असायचे. दुपारचे बाहेर जेवायला, कॉफी साठी वगैरे जायचे. जेव्हा इनायतचं लग्न झालं तेव्हा पासून त्याने पुण्याला येणं

कमी केलं. तसंही इनायत मुंबईला होती आत्ता आत्ता पर्यंत. तो इथे आलेला आहे. रविवार पासून." करणने माहिती सांगितली.

"हे बरं आहे. तो आशिष, लग्न झालेलं आहे आणि राधा सोबत फिरतो. इकडे इनायतचं आणि या राहुलचं काहीतरी आहे. आणि आपण बघा. च्यायला न तुला कोणी गर्लफ्रेंड न मला. काय पण नशीब असतं. कोणाला दोन दोन, कोणाला एकही नाही!"

करण हसला, "अरे सोबत असायचे म्हणजे त्यांचं प्रेमप्रकरण असेल असं नाही. चांगले मित्र देखील असू शकतात. लोकांना काय, काहीही म्हणतील. थोडा मीठ मसाला लावायला सगळ्यांनाच आवडतं."

"हो. नसेलही काही. पण मला नाही कोणी गाडीने ऑफिसला घेऊन जात, किंवा कोणी कॉफी साठी विचारत! सगळं यांच्याच नशीबी का!?" मी चिडचिड करत म्हणलो.

"अरे माझ्यासारखा सत्यान्वेशी तुझ्या सोबत असताना तुला दूसरं कोणी इंट्रेस्टिंग वाटणारच नाही. लिहून देतो मी."

"उजव्या हाताने की डाव्या?" दोघंही जोरात हसलो आणि जायची तयारी करू लागलो.

बाईकवर बसताना मी त्याला म्हणालो, "करण, हे सत्यान्वेशी खरंच खूप व्योमकेश बक्षी सारखं वाटतं. मराठे बरोबर बोलले होते. काहीतरी वेगळं म्हणायला पाहिजे तुला."

तो नुसताच हसला आणि आम्ही राहुलला भेटायला निघालो.

राहुलच्या ऑफिसमध्येही सगळी तशीच पद्धत होती जी आशिषच्या ऑफिस मध्ये होती. करण जरा चिडचिड करतच सगळे करत होता. शेवटी एकदाचे आम्ही तिसऱ्या मजल्यावर पोहोचलो आणि राहुलला फोन केला. त्याला आधीच आम्ही येणार असल्याचे करणने सांगीतले असणार, कारण

त्याने येऊन लगेच हात पुढे केला.

"हॅलो करण. अं.. तूच करण न?" आम्हाला दोघांना बघून तो जरा गोंधळला होता.

"हो, मीच करण. आणि हा माझा सहकारी समर." करणने माझ्याकडे हात करत ओळख करून दिली. मी हात मिळवला आणि राहुलच्या मागे मागे चालू लागलो. मी मित्र होतो तो पर्यंत ठीक. पण मी सहकारी कधी पासून झालो? मला खरेच या सगळ्यात पडायचे नाहीये! मी पुन्हा एकदा खूणगाठ बांधली.

आम्ही एका मीटिंग रूम मध्ये आलो आणि एका गोल टेबलाभोवती बसलो. दार बंद होते तरी आशिषच्या रूममुळे आम्हाला माहीत होते की बाहेर आवाज जातो. म्हणून जरा हळू आवाजातच बोलायला लागलो.

"राहुल. तुला मी कोण आहे हे आधीच सांगीतलं होतं मी फोन वर. मी कशासाठी आलो आहे, हे तुला माहीतच असेल." करण म्हणाला.

"हो. माहीत आहे. विचारा तुम्हाला काय विचारायचं ते" राहुल मान खाली घालून म्हणाला. चेहऱ्यावर दु:ख दिसत होतं. असं मला तरी वाटलं. पण मला अजूनही फेस रीडिंगचे क्लासेस करायची गरज होती.

"तू इनायतला ओळखत होतास. तुम्ही चांगले मित्र होता. किती चांगले ओळखत होता तुम्ही एकमेकांना?" करणने अगदी यॉर्कर बॉल टाकल्या सारखा भेदक प्रश्न केला होता.

"अं. आम्ही. म्हणजे" राहुल जरा थबकला. मग एक दीर्घ श्वास घेऊन पुन्हा बोलू लागला. "हो, लपवून काही होणार नाहीये. आम्ही खूप चांगले मित्र होतो. ती आशिषला भेटली त्याच्या आधीपासूनच. खूप वेळ एकत्र काढायचो आम्ही. माझं ऑफिस बंगलोरला आहे. पण मी इथे बरेचदा यायचो. तेव्हाच आम्ही भेटायचो. मला ती आवडायची. मी तिला अनेक वेळा ते बोलूनही

दाखवलं. पण ती नेहमी हा विषय उडवून लावायची. म्हणायची तिच्या घरचे ऐकणार नाहीत. म्हणून आपण या विषयी न बोललेलंच बरं. पण मग ती त्या आशिषला भेटली. तो मला कधीच आवडला नाही. एक तर मोठ्या बापाचा पोरगा. त्यात त्याच्या मागे कोणी न कोणी पोरगी सतत असायची. इनायतनेच मला सांगीतलं होतं. मी तिला म्हटलं देखील, मी तुझ्या घरच्यांना चालणार नाही तर हा कसा चालेल?" हे बोलताना राहुलच्या डोळ्यात मत्सर, राग असे सगळे होते - असे मला तरी वाटले. तो पुढे बोलू लागला.

"ती त्याच्या सोबत खूप वेळ घालवू लागली. त्याला आम्ही भेटलेलं चालायचं नाही. सारखं तिच्या मागे लागायचा माझ्याशी तिने बोलू नये म्हणून. मग हळू हळू आमचं बोलणं कमी झालं. तिने घरच्यांच्या मनाविरूद्ध जाऊन लग्न केलं त्याच्याशी आणि मुंबईला निघून गेली. म्हणून तिला बोलायला कोणी असं नव्हतं. ती तिच्या भावाशी बोलायची अधून मधून. पण मनमोकळेपणाने नाही बोलू शकायची.

"मग एक दिवस तिनेच मला मेसेज केला. आणि आम्ही पुन्हा बोलू लागलो. अर्थात आशिषला या बद्दल काहीच माहीत नव्हतं. आणि ती मुंबईत असल्यामुळे भेटण्याचा काही प्रश्नच नव्हता. पण मग ती पुण्याला आली. मग मला राहवेना. म्हणून मी एका मीटिंगच्या निमित्ताने पुण्याला आलो. तिला रविवारी मेसेज केला की मी आलोय पुण्यात, आपण भेटू. पण तिचं काही उत्तर आलं नाही. आणि मग मंगळवारी कळलं की...." राहुल शांत झाला. डोळ्यातून पाणी येऊ लागलं.

"मग तुम्ही भेटलाच नाही?" करणने प्रश्न टाकला.

"नाही."

"तिने तुला दुसऱ्या दिवशीही मेसेज पाठवला नाही?"

“नाही”

“मग तू काय केलंस?”

“मी तिला परत मेसेज केला नाही. मला वाटलं तिला भेटायचे नसेल. म्हणून मी सोमवारी ऑफिस मध्ये आलो आणि काम केलं.”

“किती वाजता ऑफिस मध्ये आलास तू?”

“दुपारी आलो. तीन वाजता च्या सुमारास. थोडी शॉपिंग केली आधी. माझी मीटिंग चार वाजताची होती.”

“कुठे शॉपिंग केली तू?” करणने थोड्या त्रासिक चेहऱ्याने विचारले.

“लक्ष्मी रोडला” राहुल उत्तरला.

करणने खिशातून त्याचं पाकिट काढलं. त्यातून एक पांढऱ्या रंगाचे चकाकणारे कार्ड बाहेर काढून राहुलला दिले आणि म्हणाला,

“हे घे माझं कार्ड. आणखिन काही आठवलं तर मला फोन कर.”

राहुल ने कार्ड घेतले आणि उलट पुलट करून बघितले, “अरे हे तर रिकामं आहे!” तो उद्गारला.

करणने ते पुन्हा घेतले आणि ओशाळून म्हणाला, “अरे, माझी कार्डस संपली वाटतं. हे भलतंच कार्ड दिलं मी तुला. जाऊ दे. पुढच्या वेळेस देतो. नवीन नवीन कार्ड छापलेत ना मी म्हणून सगळ्यांना देत फिरतो. तुम्हा लोकांना कौतुक नाही कार्डचं, पण मला खूप छान वाटतं कार्ड देताना!”

“नो प्रॉब्लेम.” राहुल हलकेच हसत म्हणाला, “तसंही तुझा नंबर आहे माझ्याकडे.”

“बरं. मला तुझ्या बंगलोरच्या घराचा पत्ता देतोस का लिहून एका कागदावर?” करणने आपली ट्रिक वापरली, तसा राहुलने पत्ता लिहून दिला.

डाव्या हाताने.

प्रकरण ९

बाहेर येताना दोघंही उत्साहात होतो. काही बोललो नाही पण बाहेर आल्या आल्या मी किंचाळलोच!

"राहुल डावखुरा आहे!"

"हो!" करण हसत म्हणाला, "तो डावखुरा आहे हे बरोबर आहे, पण तेवढ्याने काही होत नाही."

इतक्यात त्याचा फोन वाजला. मराठे. तो थोडा वेळ बोलला आणि लगेच त्याच्या चेहऱ्यावरचं हसू आणखी मोठे झाले.

"मला वाटतं आपल्याला आपला खुनी मिळालेला आहे. इनायतचा फोन शेवटी अनलॉक करण्यात यश आलं. त्यात बाकी असं खास नाही पण एका नंबर वर दोन मेसेज पाठवलेले होते. एक खुनाच्या आदल्या रात्री. आणि एक खुनाच्या दिवशी सकाळी दहाच्या सुमारास. पहिल्या मेसेज मध्ये तिने आपला पत्ता आणि '१०' असं लिहून पाठवलं आहे. आणि दुसऱ्या मेसेज मध्ये '११' असं लिहिलं आहे. आणि ते मेसेज कोणाला पाठवले असतील?"

"राहुलला?" मी विचारले.

"अगदी बरोबर. म्हणजे राहुल खोटं बोलला की तिने त्याला मेसेज पाठवलाच नाही." करण म्हणाला.

"पण त्याला इतकं तर माहीतच असेल न की पोलीस इनायतचा फोन चेक करतील? त्यात मेसेज सापडणारच. मग तो खोटं का बोलला?" मी प्रश्न उपस्थित केला.

"त्याने सांगीतलं होतं की इनायत आणि तो बोललेलं आशिषला आवडायचे नाही. म्हणजे इनायत राहुलला पाठवलेले मेसेज डिलिट करत

असणार रोज. म्हणून तो बिनधास्त असेल, तिने मेसेज डिलिट केले आहेत असा विचार करून." करणचा मुद्दा तर बरोबर होता.

"मग आपण जाऊन त्याला ह्या मेसेज बद्दल सांगू. तेव्हा तर तो खरं बोलेल?"

"नाही. तो म्हणू शकतो की तिने मेसेज पाठवला पण मी गेलोच नाही. हीच अडचण आहे. तो इनायतला जाऊन भेटला हे आपल्याला सिद्ध करावं लागेल. ते कसं करायचं?"

मी पण विचार करत होतो की काय करता येईल. याच विचारात आम्ही घरी आलो. थोडा वेळ दोघंही आपापले काम करत बसलो. पण दोघांच्या डोक्यात फक्त एकच विचार सुरू होता. सिद्ध कसे करायचे?

आमचा डबा आला तसं आम्ही पटापट जेवून घेतले आणि मी ऑफिसला जायची तयारी केली. पहिलीच रात्रपाळी होती माझी. किती काम असेल, मला झोप तर येणार नाही ना, असा सगळा विचार करता करता ऑफिसला पोचलो. रात्री एकदम शांत शांत वाटत होते. कामही फारसे नव्हते. प्रोजेक्टचा पहिलाच दिवस असल्यामुळे फक्त काम समजून घ्यायचे होते. ते झाल्यावर मी मशीन मधून चहा घेतला आणि माझ्या डोक्यात पुन्हा केसचे विचार दौडायला लागले. कसे सिद्ध करणार? माझ्या डोक्यात तरी काही कल्पना येत नव्हती. इतक्यात मला मी मनात बांधलेल्या खुणगाठी आठवल्या. दोन. मला या सगळ्यात पडायचेच नाहीये. मी का हा सगळा विचार करतोय? करण बघेल काय करायचे ते. मला ऑफिस मध्ये काम शिकून मेहनत करायची आहे. हेच माझे आयुष्य आहे. मला हे बदलायचे नाहीये.

मी पुन्हा कामाला लागलो. काम करता करता कधी सकाळ झाली कळलेच नाही. कॅब आली. मी घरी पोहोचलो तर करण चहा बनवत होता. त्याने माझ्यासाठी पण ठेवला.

"साल्या, तू कधी माझ्यासाठी बनवणार आहे चहा माहीत नाही!" तो हसत हसत म्हणाला.

फ्रेश होऊन चहा पिताना मला त्याच्या चेहऱ्यावर फार उत्साह दिसला नाही. म्हणजे याला काही उपाय सुचलेला दिसत नव्हता. म्हणून मी पण माझी खूणगाठ (खूणगाठी) आठवून शांत बसलो.

करणचा फोन वाजला. ई मेल आली होती बहुदा. ती वाचता वाचता तो म्हणाला, "मराठेंनी अविनाश जगदाळेचे फोन रेकॉर्डस पाठवले आहेत. त्यांनी आधीच नीट बघून सांगीतलं आहे की काही खास सापडलं नाही. म्हणजे खुनाच्या आधी किंवा नंतर आणि दुसऱ्या दिवशी सुद्धा कुठल्याही संशयास्पद व्यक्तीला फोन किंवा मेसेज केलेला दिसत नाहीये. आशिषला सुद्धा. म्हणजे खरंच त्यांनी आपल्या पोराला सोडलं आहे.

"आणि त्यांनी एकदाचा पोस्ट मॉरटेमचा रिपोर्ट पाठवला आहे. विसरले असणार त्या दिवशी. या मध्ये पण... काही... खास..." बोलता बोलता तो थबकला. पुन्हा रिपोर्ट वाचू लागला. मग छता कडे बघत पडून राहिला. मी एक दोन शब्द बोलण्याचा प्रयत्न केला पण तो त्याच्याच तंद्रीत होता. मी चहा संपवून बेडरूम मध्ये गेलो आणि झोपलो. रात्रभर काम करून माझे डोळे उघडे राहत नव्हते.

जाग आली तेव्हा दुपारचे बारा वाजून गेले होते. करण जागेवर नव्हता, काहीतरी तपास करायला बाहेर गेला असणार. मी आज पासून दुपारचा डबा सुरू केला होता म्हणून बाहेर जायचा प्रश्न नव्हता. जेवण केले आणि एक पुस्तक वाचत वाचत पुन्हा झोपलो. माझ्या फोनची बेल वाजली तेव्हा मला जाग आली. चार वाजून गेले होते. करणचा फोन होता.

"उठला का रे?" तो फोन वर किंचाळला.

"तू एवढा जोरात बोलशील तर कुंभकर्ण पण उठून बसेल!" मी वैतागून

बोललो.

"हा हा हा. अरे उठ पटकन आणि तयारी कर. सिद्ध करायचा मार्ग सापडला आहे. मी घरी येतोय. आपल्याला आशिषच्या घरी जायचं आहे. हो पटकन तयार." घाई घाईने बोलून त्याने फोन ठेवला.

मी अगदी नाईलाजाने तयारी करायला लागलो. माझ्या मनातल्या खुणगाठी मला सारख्या खुणावत होत्या पण मी त्यांच्याकडे दुर्लक्ष करण्याचा प्रयत्न करत होतो. असे वाटत होते जसे एक लाल शिंगं वाला छोटा मी (की करण?) माझ्या खांद्यावर बसून मला तयारी करायला भाग पडतोय.

माझी तयारी झाली इतक्यात बिना शिंगं वाला करण आला. आल्या आल्या त्याने मला चहासाठी भुणभूण लावली, आणि मी चहा बनवला - पहिल्यांदा. तो फ्रेश होऊन आल्यावर म्हणाला,

"आजचा दिवस चांगला आहे. तुझ्या हातचा चहा प्यायला मिळतोय!" तो आनंदाने म्हणाला.

"सध्या आनंदात आहेस. चहा कसा बनतो त्यावर पुढचं अवलंबून आहे!" मी म्हणालो. मला सवय नव्हती चहा किंवा जेवण बनवायची.

"नाही समर. आजचा दिवस खूपच व्यस्त होता तरी चांगला होता. खूप फिरावं लागलं. आणि काल इनायत ची बॉडी मिळाल्यामुळे तिच्या घरच्यांनी आणि आशिषने मिळून आज सकाळी दफन केलं तिला वडगाव शेरीला. ते आधी तिला अमरावतीला नेणार होते. पण मग आशिष इथेच असल्यामुळे त्यांनी विचार केला की इथेच सगळं करावं. तरी बरं इथे पुन्हा जात धर्म आणि आम्हाला लग्न मान्य नव्हतं वगैरे त्यांनी किंवा आशिषने मध्ये आणलं नाही."

मी त्याला विचारले, "तू पण गेला होतास का तिथे?"

"नाही, मला इतर खूप माहिती गोळा करायची होती आणि तपास

करायचा होता."

"पण तू सिद्ध कसं करणार हे सांगीतलं नाहीस?" मी आशाळभूत होऊन त्याच्या कडे बघितले.

"माझ्या डोक्यात एक आयडिया आहे. मराठेंशी बोलून मी सगळं प्लॅन केलेलं आहे. सगळे एव्हाना आशिषच्या घरी जमले असतील. आपण सहा वाजेपर्यंत पोहोचू. तो पर्यंत मराठेंची माणसं प्लॅन प्रमाणे सगळं करतील. मग आपण एकदम फिल्मी स्टाईल एंट्री घेऊ!"

"तू पण ना. मला वाटलं नव्हतं तू असं काही करशील. प्रसिद्धी साठी हपापलेला मला तू कधी वाटला नाही." मी जरा निराशेनेच म्हणालो.

"हा हा हा. अरे नाही. या केसचं सगळं श्रेय मराठेंना. त्यांनी मला सगळी मदत केली आणि पूर्ण केस मला हाताळू दिली. हा त्यांचा मोठेपणा. आणि तसंही ते अश्या केसेस मध्ये मला बोलावतात हेच खूप आहे माझ्यासाठी."

मला काही फारसं पटले नाही हे. पण मी काही बोललो नाही. तो पुढे बोलू लागला,

"आणि तुला माहितिय का, आज आपण शेरलॉक स्टाईलने नाही तर हरक्यु पॉयरो स्टाईलने केस सोडवणार आहोत. म्हणून तर सगळ्यांना तिथे बोलावलं आहे!"

आता माझे कुतुहल खूप वाढले होते. पण करण काही सांगायला तयार नव्हता. हे अगदी डिटेक्टिव्ह अल्फा सारखे वागत होता तो. शेवटी मी माझ्या पुस्तकात डोके खुपसले आणि बरोबर सहा वाजता आम्ही आशिषच्या घरी होतो.

प्रकरण १०

मराठे बाहेरच उभे होते. त्यांना बाजूला घेऊन करण बराच वेळ त्यांच्याशी काहीतरी बोलला. आणि एक मोठ्ठं स्मित हास्य घेऊन परत आला. काहीतरी नक्की चांगले ऐकले असणार त्याने.

"समर. सिद्ध करायला पुरावे सापडले! आता तो वाचू शकत नाही. पण मला त्याच्या तोंडून बोलवून घ्यायचं आहे की त्याने खून केला आहे!"

"किती अल्फागिरी करतोस रे. तो पण असंच त्या प्रभूला बिगाऱ्याला शेवट पर्यंत टांगत ठेवतो!" मी चिडचिड करत म्हणालो.

"अरे आता सगळं नीट कळेलच तुला. चल आत."

आम्ही आत आलो तेव्हा सगळेच दाटीवाटीने बसलेले होते. जागा कमी असल्यामुळे बाजूच्या जोशींकडून काही खुर्च्या आणल्या होत्या. दरवाज्यातून आत आल्यावर डावीकडे इनायतचे आई, वडील आणि भाऊ बसलेले होते. त्यांच्या बाजूला (अगदी नाईलाजाने) अविनाश जगदाळे आणि त्यांची बायको - ती जशी आम्हाला वाटली होती तशीच होती - बुजरी आणि नवऱ्याला घाबरून राहणारी. दोन्ही कुटुंबं एकेमेकांकडे पाहत नव्हते. त्यानंतर आशिष आणि त्याच्या बाजूला राधा बसलेली होती. राधाच्या बाजूला राहुल चंदावरकर आणि शेवटी जोशी. सब इंस्पेक्टर मराठेंनी जोशींच्या बाजूला खुर्ची ओढून आपली जागा घेतली आणि मी आणि करण दोन खुर्च्या घेऊन बसलो. संपूर्ण खोली भरलेली होती. आमच्या बरोबर विरुद्ध बाजूला, म्हणजे आशिष, राधाच्या मागे शोकेस आणि टी व्ही होता. आणि आमच्या मागे मुख्य दारावर हवालदार दांडे आणि त्यांचे सहकारी उभे होते. एक सहकारी बाल्कनीच्या दारावर देखील उभा होता.

आत आल्या आल्या सगळ्यांनी एकदम बोलायला सुरुवात केली.

"हे काय सुरू आहे?"

"एक तास झाला आम्हाला इथे येऊन."

"कशासाठी बोलावलं आहे आम्हाला?"

"आणि आल्या आल्या आमचे मोबाइल का काढून घेतले? ते पण अनलॉक करून!"

"कोणी काही नीट सांगत सुद्धा नाहीये."

करण ने हाताने इशारा करून सगळ्यांना थांबवले, "थांबा थांबा. मी नीट सांगतो. मराठेंनी आणि मी तुम्हा सगळ्यांना इथे बोलावून घेतलं आहे. खून का झाला, कसा झाला आणि कोणी केला हे सगळं सगळ्यांना कळलं पाहिजे म्हणून हा सगळा खटाटोप."

सगळे एकदम शांत झाले. जरा गोंधळलेले होते. साजिद चिडून बोलला, "पण इथे तर आम्हीच लोकं आहोत. खुनी कुठेय? बाहेर आहे का? आणा त्याला आत. इथेच पुरतो त्याला!"

"खुनी याच खोलीत आहे. कुठे पळून जाणार नाहीये तो. पण कोणीही कायदा हातात घेऊ नका. त्याला शिक्षा करण्याचं काम आमचं आहे!" मराठेंनी दरडावून सांगीतलं. मी त्यांना अश्या खाक्यात बोलताना कधी बघितले नव्हते. मजा वाटली मला. आणि खरे तर थोडी भीती देखील वाटली. माझा या आधी पोलिसांशीच कधी संबंध आला नव्हता.

"तर मी अगदी पहिल्या पासून सुरुवात करतो." करण उद्गारला, आणि मी सगळ्यांच्या चेहऱ्याकडे बघत बघत कान टवकारून ऐकू लागलो.

"इनायत आणि आशिष दोनेक वर्षा पूर्वी भेटले. वेगवेगळ्या कंपनी मध्ये होते ते पण एका मित्राच्या घरी भेटले कधीतरी आणि हळू हळू प्रेमात पडले. जात, त्याही पेक्षा धर्म ही आपल्याकडची एक अतिशय गुंतागुंतीची गोष्ट

आहे. त्याच्या मुळे काही चांगल्या गोष्टी होतात की नाही मला माहीत नाही, पण काही वाईट गोष्टी नक्कीच होतात. ह्या दोघांनी हे सगळं विसरून प्रेम केलं, पण घरच्यांना हे संबंध मान्य नव्हते. दोन्ही कुटुंबांनी हे नातं नाकारलं आणि आपापल्या मुलांसोबतचे संबंध तोडून टाकले.

"तरीही या दोघांनी लग्न केलच आणि मुंबईला जाऊन रहायला लागले. इनायतने नोकरी सोडलीच होती. म्हणून ती घर सांभाळायला लागली. पण तिचं आयुष्यं, त्याच्यातल्या सुखदुःखाच्या गोष्टी कोणाकडे बोलून दाखवेल? शेवटी आपलं कुटुंब ते आपलं कुटुंब. त्यात भावाबहिणीची माया वेगळीच असते. ती अधून मधून साजिदशी बोलायची."

सगळ्यांनी, आणि त्यातही अबिद खानने साजिद कडे अगदी जळजळीत कटाक्ष टाकला. तो मान खाली करून बसला होता. करण बोलत राहिला.

"असो. तर मी जेव्हा इथे खुनाच्या नंतर लगेच आलो तेव्हा काही गोष्टी माझ्या लक्षात आल्या. इनायत दरवाज्याच्या दिशेने पाय करून पडली होती. आणि उजव्या भिंतीवर रक्ताचे खूप शिंतोडे उडले होते. बाजूला ती धातुची मूर्ती पडलेली होती. याचा अर्थ असा होता, की खुन्याने ती मूर्ती वापरून डावीकडून उजवीकडे असा वार केला असणार. म्हणजे खुनी डावखुरा असणार." करणने थोडा श्वास घेतला. माझे लक्ष राहुल कडे होते. तो जागेवर चुळबुळ करायला लागला, तसा करण पुढे बोलू लागला,

"तिथे टेबलवरून खाली पडलेले चहाचे कप होते आणि बाल्कनी मध्ये एक सिगारेटचं थोटुक. आशिषला दमा असल्यामुळे तो सिगारेट ओढत नाही हे मला सांगीतलं होतं त्याने. मग हा सिगारेट आणि चहा पिणारी व्यक्ती कोण? आणि कुठल्या चोराने येऊन खून केल्याचं मला आधीपासूनच मान्य नव्हतं. चोर आला असता तर त्याने फक्त कपाटातली रोख रक्कमच नाही तर इनायतच्या हातात आणि कानांतले महागडे दागिने देखील चोरले असते.

मी इथून सुरुवात केली.

"पहिले आशिषच्या ऑफिसमध्ये चौकशी केली. आशिष सकाळीच ऑफिस मध्ये आला होता आणि खुनाच्या वेळी तो एका कॉल वर होता. कॉल मधल्या बाकी लोकांनी तो पूर्ण वेळ ऑनलाइन असल्याची ग्वाही दिली. आणि सी.सी.टी.व्ही मध्ये देखील तो फ्लोर सोडून कुठे गेलेला दिसला नाही हे मराठेंनी चेक करून घेतलं. त्यात तो डावखुरा नाही ही पण मी खात्री करून घेतली. म्हणजे आशिष आमच्या संशयीतांच्या यादीतून बाद झाला."

सगळ्यांनी आशिष कडे पाहीले. सगळे बघतायेत हे जाणवून तो थोडा ओशाळून हलकेच हसला आणि त्याच्या चेहऱ्यावरचा तीव्रपणा थोडा कमी झाला.

"मग आम्ही इनायतच्या घरच्यांना भेटलो. त्यांना हे लग्न मान्य नव्हतं तरी आम्ही ही खात्री करून घेतली की जेव्हा खून झाला तेव्हा तिचे आई वडील अमरावतीलाच होते. मराठेंनी तिथल्या पोलीस स्टेशनला फोन करून खात्री करून घेतली. पण साजिद पुण्यात होता, आणि जे सिगारेटचं थोटुक आम्हाला मिळालं होतं त्याच ब्रँडची तो सिगारेट ओढतो. म्हणून त्याला विश्वासात घेऊन आम्ही त्याच्या कडून सत्य माहीत करून घेतलं.

"तो त्या दिवशी सकाळी इथे आला होता. १० वाजता. इनायतला माहीत नव्हतं की तो येणार आहे. म्हणून ती चकित झाली. पण तिच्या एकंदरीत वागण्याकडे पाहून साजिदला लक्षात आलं की काहीतरी गडबड आहे आणि तिला तो इथे नकोय. म्हणून तो त्याचं काम असल्यामुळे साडे दहाच्या सुमारास निघून गेला."

"हा आला होता? म्हणजे यानेच मारलं असेल इनायतला. खोटं बोलत असेल. कशावरून तो साडे दहालाच गेला? आणि गेला तरी तेव्हाच त्याने मारलं नसेल कशावरून?" जोशी एकदम बोलले. करण जरा चिडलाच.

“जोशी साहेब. आम्ही मूर्ख आहोत का? तो जिथे गेला होता तिथे आम्ही नीट चौकशी केली. तो दुपारी तीन वाजेपर्यंत तिथेच होता. हो बोलताना तो बाल्कनीत गेला होता आणि तिथे सिगारेट ओढली होती. पण खून दुपारी एक ते दोनच्या दरम्यान झाला होता हे नक्की आहे. आणि तसंही आम्ही डावखुरा व्यक्ती शोधत होतो. साजिद डावखुरा नाही!”

जोशी जरा वरमले तसा करण पुढे बोलू लागला,

“इनायतच्या घरच्यान्प्रमाणे जगदाळे कुटुंब देखील लग्नाच्या विरुद्ध होते. त्यांच्याशी बोलताना त्यांचा राग पण जाणवत होता. पण त्यांचे कॉल रेकॉर्डस आणि बाकी गोष्टींची चौकशी केल्यावर लक्षात आलं की त्यांचा याच्याशी संबंध नाही. खरं तर आशिषला त्यांनी सोडून दिलं आहे. इनायत गेल्यानंतर सुद्धा त्यांनी त्याच्याशी बोलण्याचा प्रयत्न केला नाही. म्हणजे इनायतचा खून करून त्यांना काहीच मिळणार नव्हतं, नाहीतर त्यांनी आशिषला फोन तरी केलाच असता मागच्या चार दिवसात. खरं तर ते इथे आत्ता आले आहेत ते पण फक्त पोलिसांनी बोलावलं म्हणूनच. आशिष साठी नाही.”

जगदाळे रागीट चेहरा करून बसले होते. आणि त्यांची बायको देखील मान खाली करून शांतपणे बसली होती.

“मग आम्हाला वेगळी माहिती मिळाली. तिच्या जुन्या ऑफिस मधल्या लोकांनी आम्हाला सांगीतलं की राहुल आणि इनायतची चांगली मैत्री होती. बरेच वर्षांपासून. तेव्हा आम्ही त्याला भेटलो. तिथे आम्हाला कळलं की त्यांची मैत्री खूप चांगली होती आणि राहुल इनायतच्या प्रेमात होता. पण आशिष आल्यापासून त्या दोघांचे संबंध कमी होत गेले. आशिषला इनायतने राहुल सोबत बोललेलं आवडायचं नाही म्हणून ते एकमेकांपासून दुरावले गेले. पण इनायतला ही मैत्री संपवायची नव्हती, आणि त्यात ती मुंबईला खुपच एकटी

पडली होती. म्हणून त्यांनी पुन्हा एकमेकांशी बोलणं सुरू केलं."

आशिष एकदम तडकलाच, "काय? हे दोघं एकमेकांशी अजूनही बोलायचे?"

"हो. आणि राहुल पुण्याला आला ते देखील तिला भेटायलाच" करण थांबला.

"हो. पण मी तिला भेटलोच नाही. मी तिला मेसेज पाठवला त्याचं तिने उत्तरच दिले नाही!" राहुल किंचाळला.

"तिने तुला उत्तर पाठवलं होतं. आम्हाला तिच्या फोन मध्ये तुला पाठवलेले दोन मेसेज सापडले. पहिल्या मेसेज मध्ये तिने तुला पत्ता पाठवला आणि १० वाजता यायला सांगीतलं कारण त्या वेळेपर्यंत आशिष ऑफिसला जातो. आशिष ने तिला सांगीतलं नसणार की तो त्या दिवशी उशिरा जाण्याचा विचार करतोय. त्याची मीटिंग अचानक ठरल्यामुळे तो लवकर गेला. अर्थात इनायत करता ते बरंच झालं. पण नेमका साजिद तिला भेटायला आला. बरोबर १० वाजता. म्हणून इनायत त्याला बघून एकदम आश्चर्यचकित झाली आणि त्याला ती थोडी घाबरल्या सारखी वाटली. तिला वाटलं की आत्ता जर राहुल इथे आला तर गोंधळ होईल. म्हणून तिने घाई घाईने राहुलला दूसरा मेसेज पाठवला '११' असा, जेणेकरून तो अकरा वाजता येईल.

"ते मेसेज कळल्यावर माझा तुझ्यावरचा संशय जवळ जवळ पक्काच झाला. आणि तू डावखुरा आहेस याचीही खात्री तुझ्या ऑफिस मध्ये असताना मला झाली होती."

"नाही! हे खोटं आहे. मी तिला नाही भेटलो. म्हणजे तिने मला मेसेज पाठवले होते, पण मी भेटायला गेलोच नाही!" राहुल ओरडत उठला. करण संतापला.

“खाली बस राहुल! किती खोटं बोलणार आहेस? मघाशी तुम्हा सगळ्यांचे मोबाइल पोलिसांनी घेतले होते, ते सगळं तपासायलाच. मीही आज इथल्या सगळ्या रिक्शा स्टँड वर तुझा फोटो दाखवला आणि विचारपूस केली. त्यांनी तुला रिक्शा घेताना पाहीलं नव्हतं. पण बाजूच्या बिल्डींगच्या सेक्युर्टी गार्ड ने तुला जवळपास पाऊण तास बिल्डींगजवळ घुटमळताना पाहीलं होतं. सकाळी दहा वाजता पासून.”

“नाही. मी नसणार तो. मी नव्हतोच तो. तुम्हीच म्हणाला की रिक्शा स्टँड वर पण मला कोणी पाहीलं नाही. तुम्ही उगाच माझ्यावर आळ आणताय!” राहुल खूप अस्वस्थ झाला होता.

“राहुल, रिक्शा स्टँड वर तू दिसला नाहीस. कारण तू उबर टॅक्सी ने आला होता. तुझ्या फोन मध्ये तुझ्या ट्रिपचे डिटेल्स आहेत. आणि त्याआधीच आम्ही उबर कंपनी कडून सगळी माहिती गोळा केली होती. तू दहा वाजता इथे पोहोचला. इतक्यात तुला इनायतचा मेसेज आला. म्हणून तू तिथेच आजूबाजूला वेळ काढत बसला, आणि साजिदला जाताना बघून पाचेक मिनिटांनी तू वर आलास. साधारण एक वाजता इथून निघाला. त्यात, त्या चहाच्या कप वरचे ठसे तुझ्या बोटांच्या ठश्यांशी तंतोतंत जुळतात. मी तुझ्या ऑफिस मध्ये जे तुला रिकामं कार्ड दिलं होतं, ते तुझ्या बोटांचे ठसे घेण्यासाठीच.” करण शांतपणे म्हणाला.

आता राहुल पूर्णपणे हताश झाला. डोकं हातात धरून रडू लागला. सगळे त्याच्याकडे बघत होते. मराठेंचे लक्ष सगळ्यांवर होते, विशेषतः आशिष आणि साजिद वर. कुणीही कायदा हातात घेतलेले त्यांना चालणार नव्हते. राहुल बोलू लागला.

“हो. मी आलो होतो तिला भेटायला. आणि तुम्ही सांगीतलं तसच झालं. मी वर आल्यावर आम्ही थोड्या गप्पा मारल्या. तिने चहा केला. आणि मग

मी तिला पुन्हा एकदा माझ्या प्रेमाबद्दल सांगीतलं. मी तिला कधीच विसरू शकलो नव्हतो. त्यात तिने मागच्या वर्षभरात तिचे आणि आशिषचे खटके उडत असल्याचं सांगीतलं. तो तिच्यावर संशय घ्यायचा. आणि लहान सहान गोष्टीवरून भांडायचा. मी तिला म्हटलं तू त्याला घटस्फोट दे. आपण लग्न करू. तर ती खुप चिडली. ती म्हणाली की तिने मला कधीच तश्या नजरेने बघितलं नाही. ती माझ्याकडे फक्त एक चांगला मित्र म्हणून बघायची. पण माझं प्रेम होतं तिच्यावर. मला लग्न करायचं होतं तिच्याशी. मला तिच्या बोलण्याचा खूप राग आला."

"म्हणून तू तिला मारून टाकलं!?" आशिष एकदम उठला आणि साजिद देखील राहुलला मारायला धावला. इतक्यात मराठे आणि बाकी पोलिसांनी शिताफीने त्यांना थांबवले आणि बळेच त्यांच्या जागेवर बसवले.

राहुल ओरडला, "नाही! मी नाही मारलं तिला! मी रागवलो, तिला समजावण्याचा खूप प्रयत्न केला पण ती ठाम होती. शेवटी चिडून मी घरातून निघून गेलो. आणि थोडा वेळ ऑफिसच्या खाली वेळ काढून शांत झालो आणि मग ऑफिसला गेलो."

"खोटं बोलतोय हा! यानेच मारलं आहे इनायतला!" आशिष किंचाळला. पोलिसांनी त्याला धरून ठेवले होते.

"जर तू खून केला नाहीस तर आधी खोटं का बोलला? सगळं खरं खरं का नाही सांगीतलं?" करण ने विचारलं.

"मी घाबरलो होतो. मला वाटलंच नाही की मी इथे आल्याचा काही पुरावा सापडेल. इनायत नेहमी मला पाठवलेले मेसेज तिच्या फोनवरुन डिलिट करायची कारण उगाच आशिष सोबत काही प्रॉब्लेम व्हायला नको. म्हणून मला वाटलं की हे मेसेज सुद्धा तिने डिलिट केले असणार. मग कोणी माझ्यावर शंका का घेईल? असा विचार करून मी गप्प बसलो. मला या

सगळ्यात पडायचं नव्हतं.” तो मान खाली घालून बसला.

थोडा वेळ सगळे शांत होते. मग करण बोलला,

“ही केस अगदी सरळ सोपी वाटली होती मला. सगळे पुरावे, राहुलच्या विरोधात होते. त्यात डावखुर्या व्यक्तीने खून केल्याचं रक्ताच्या शिंतोड्यांवरून दिसत होतं, आणि राहुल डावखुरा. म्हणून कुठली शंकाच उरली नाही.

“पण काल जेव्हा मी पोस्ट मॉरटेमचा रिपोर्ट नीट वाचला तेव्हा मला लक्षात आलं की सगळ्यात पहिला घाव, त्या धातुच्या मूर्तीने, इनायतच्या डाव्या गालावर झाला होता, आणि नंतर ती खाली पडल्यावर तिच्या चेहऱ्यावर पुन्हा पुन्हा मारलेलं होतं. हे कसं शक्य आहे? मी खूप विचार केल्यावर मला काहीतरी आठवलं. त्या मूर्तीची मूळ जागा मागच्या शोकेस मध्ये कोपऱ्यात होती. याचा अर्थ खून करणाऱ्या व्यक्तीने ती तिथून उचलली असणार. एकदा मूर्ती उचलल्यावर ती व्यक्ती लगेच हल्ला करणार. डाव्या गालावर पहीला मार लागण्यासाठी इनायत नक्कीच शोकेस कडे चेहरा कडून उभी असणार, कारण जर ती तिकडे पाठ करून उभी असती तर मार तिच्या उजव्या बाजूला डोक्याला लागला असता. म्हणजेच मारणारी व्यक्ती डावखुरी नव्हतीच! उजव्या हाताने तिने घाव घातला म्हणून रक्ताचे शिंतोडे डाव्या भिंतीवर, म्हणजे दरवाज्या कडून बघताना उजव्या भिंतीवर उडले. मार इतका जबरदस्त होता की इनायत त्यामुळे पलटली आणि टेबलवर आदळून पुन्हा मागे पडली आणि तिचं डोकं शोकेस कडे तर पाय दरवाज्याच्या दिशेने झाले. त्यानंतर खुन्याने तिच्या चेहऱ्यावर खूप वेळा मारलं. अगदी अमानुषपणे. ती मेल्यावर सुद्धा.”

हे सगळे ऐकून सगळे स्तब्ध झाले. काय बोलावे काय करावे हे कोणाला कळेचना. साजिद च्या चेहऱ्यावर राग आणि अश्रु दोन्ही होते. राहुलच्या

डोळ्यात पण पाणी होते.

"याचा अर्थ, राहुल गेल्यानंतर सुद्धा कोणीतरी इथे आलं होतं. तिला मारायला." सगळे कान लावून करणचे बोलणे ऐकत होते.

"राधा, तू आली होतीस ना दुपारी पावणेदोन ला इथे?" करण ने एकदम प्रश्न विचारला तशी राधा बावरली. "खोटं बोलून काही होणार नाहीये. आम्ही तुझ्या फोन वर गूगल लोकेशन हिस्टरी बघितली. आपल्या सगळ्यांच्या फोन मध्ये ती असते. त्यात दिसतंय की तू इथे आली होतीस. खरं खरं सांग!" करणने दरडावून विचारले.

"हो. हो. मी आले होते. पण मी तिंला नाही मारलं. मी आणि आशिषने आदल्या दिवशीच ठरवलं होतं की आम्ही दुपारी ऑफिसला जाऊ. म्हणून मी त्याला पिकअप करायला गेले. खालून, माझ्या गाडीतूनच, मी त्याच्या मोबाईलवर फोन केला पण तो लागला नाही. म्हणून मी वर गेले आणि बेल वाजवली. कोणी दरवाजा उघडला नाही तशी मी खाली आले. ऑफिसच्या त्याच्या डेस्कनंबर वर सुद्धा मी कॉल केला, तर तोही त्याने उचलला नाही. मग मला काही सुचलं नाही, मला वाटलं गेला असेल कुठेतरी, करेल नंतर फोन. म्हणून मी ऑफिसला निघून आले. अगदी खरं सांगतेय मी. मी नाही मारलं तिला!" राधा रडत रडत म्हणाली.

"आशिष ने ऑफिस मधला फोन उचलला नाही कारण तो तेव्हा ऑफिस मध्येच नव्हता. बरोबर ना आशिष?" करण ने त्याच्याकडे नजर रोखून विचारले.

"मी? मी ऑफिस मध्येच होतो. माझा कॉल सुरू होता. तुम्हाला बाकी लोकांनी सुद्धा सांगीतलं ते." आशिष चवताळून म्हणाला.

"तू ऑफिस मधून कॉल घेतला, स्पीकर वर टाकला लॅपटॉपच्या. म्हणून तू सगळ्यांना ऑनलाइन दिसलास आणि तुझ्या केबिन मधून बाहेर कॉलचा

आवाज पण येत होता. पण तू तिथे नव्हतास." करण शांतपणे बोलला.

"नाही. कसं शक्य आहे. मी ऑफिस मधून निघालोच नाही!" आशिष आणखिनच चवताळला.

"हो. आधी मला पण असंच वाटलं की तू ऑफिस मधून निघणं शक्यच नाही. पण जेव्हा मी रिक्शा स्टँड वर राहुलचा फोटो दाखवला तेव्हा तुझाही दाखवला. त्यांनी तुझा फोटो ओळखला. कारण तू घाई घाईने परत जाताना रस्त्याने जाणारी रिक्शा पकडली होती. म्हणून रिक्शा स्टँड वरच्या रिक्षावाल्यांनी तुझी रिक्शा अडवली आणि तुला स्टँड वरच्या रिक्षात बसायला भाग पाडलं. त्यामुळे त्यांच्या तू लक्षात राहिला." करण ने सांगीतले.

"नाही. त्यांचा काहीतरी गैरसमज झाला असेल. मी ऑफिस च्या बाहेर गेलोच नाही. माझ्या फोनवर पण गूगल लोकेशन हिस्टरी चेक करा. आणि सी.सी.टी.व्ही? त्यात मी बाहेर निघताना दिसलो नाही. तुम्हीच म्हणालात ना? मी इथे आलोच नाही!" आशिष त्वेषाने बोलत होता.

"तू खूप हुशार आहेस आशिष. तू खूप चांगल्या पद्धतिने सगळं प्लॅन केलं होतस. ऑफिसमध्ये कॉल सुरू ठेवून तू बाहेर निघालास. फायर एक्झिटच्या जिन्यातून. तिथे कॅमेरा नाही आणि कोणी बघण्याचा प्रश्न येत नाही. लोकेशन ट्रॅक होऊ नये म्हणून तू स्वत:चा फोन बंदच करून टाकला. ऑफिसच्या थोडं दुरून तू रिक्शा पकडली आणि घरी आला. वर गेलास तर नुकताच राहुल निघून गेला होता. इनायत तुला बघून जरा घाबरली असणार. तू बोलत बोलत शोकेस कडे गेलास आणि ती मूर्ती उचलून घाव घातला. इनायत खाली पडल्यावर पुन्हा पुन्हा तिला मारलं. मग तू सामान इथे तिथे पसरवलं आणि कपाटातून पैसे काढून घेतले म्हणजे आम्हाला वाटेल चोरीच्या उद्देश्याने खून झाला. निघताना तू रिक्शा पकडताना चूक केली त्यामुळे रिक्षावाल्यांच्या नजरेत पडला नाहीतर तुझा प्लॅन खूप हुशारीचा होता.

“इकडे राधाला तू सांगायचे विसरलास की तू सकाळीच ऑफिसला जाणार आहेस. म्हणून ती तुझ्या घरी पोहोचली तुला पिकअप करायला. तो पर्यंत तू खून करून निघून गेला होतास म्हणून कोणी दार उघडलं नाही. तिने तुझ्या मोबाइल वर फोन केला, पण तू तो बंद केलेला होता. आणि ऑफिस केबिन मध्ये तर तू नव्हताच. ती ऑफिसला पोहोचली तो पर्यंत तू परत आलेला होतास. इतका वेळ कोणीही केबिन जवळ येणार नव्हतं कारण तुझं केबिन अगदी आडवाटेला आहे. तिथे सहसा कोणी जात नाही. आणि गेलच तर केबिन मधून लॅपटॉप स्पीकरवरून कॉलचा आवाज येतच होता.

“आणि संध्याकाळी जेव्हा तू घरी आलास तेव्हा तू इनायतच्या मोबाइल वर फोन केला नाहीस तर सरळ किल्ली घ्यायला जोशींकडे गेलास कारण तुला माहीत होतं ती आधीच मेलेली आहे. तेव्हा तू हुशारीने जोशींना बोलण्यात गुंतवून ठेवून त्यांच्या समोरच दार उघडलं. म्हणजे तुला एक साक्षीदार मिळाला.

“पण तुला एक गोष्ट लक्षात आली नाही. तीच माझ्या करता महत्त्वाची ठरली. तू जेव्हा दुपारी खून करून परत ऑफिसला गेलास, तेव्हा कॅमेऱ्याच्या नजरेत न येण्यासाठी तू पुन्हा फायर एक्झिटच्या जिन्याने वर आलास. पण तुझ्या मजल्यावर आत येण्यासाठी तुला तुझ्या ऑफिसचं कार्ड वापरावं लागलं. कधीही ऑफिस मध्ये कार्ड वापरलं की त्याची माहिती एका कम्प्युटर मध्ये रेकॉर्ड होते. मी तुमच्या ऑफिसला येऊन, तुमच्या सेक्युर्टी टीमला सांगून, तुझे सगळे डिटेल्स त्या कम्प्युटर मधून घेतले. त्यात तू दुपारी एक वाजून पंचावन्न मिनिटांनी फायर एक्झिटच्या दरवाज्यातून आत आल्याची नोंद आहे.” करण थांबला.

आशिष काहीच बोलत नव्हता. त्याला काहीच सुचत नव्हते. त्याचा पूर्ण प्लॅन करणने अगदी बिनचूक सांगीतला होता.

“आशिष, मी बोलतोय त्यात काही चूक आहे?” करणने प्रश्न टाकला.

“नाही. सगळं बरोबर आहे. मीच मारलं इनायतला.” आशिष शांतपणे म्हणाला. त्याचे डोळे थोडे लालसर झाले होते. आता साजिद आणि राहुल दोघांनाही पोलिसांनी धरून ठेवले होते. त्यांचा राग अनावर होत होता.

“का आशिष?” करणने शांतपणे विचारले.

“तिला खूप वेळा सांगीतलं होतं मी की या राहुल सोबत बोलत जाऊ नकोस. पण ती ऐकायचीच नाही. लग्नाआधी थोडं बोलणं कमी झालं होतं पण नंतर पुन्हा सुरू झालं तेव्हा आमची भांडणं व्हायला लागली. मला बिलकुल आवडायचे नाही. ती सारखी म्हणायची की काही नाहीये राहुल सोबत आणि ती त्याच्याशी बोलत नाही. पण मला माहीत होतं ती लपून लपून बोलते. मी मध्ये मध्ये तिचा फोन चेक करायचो. ती मेसेज डिलिट करायची पण कधी कधी राहून जायचे. मला राग अनावर व्हायला लागला. हिच्यावर इतकं प्रेम केलं आणि ही मला धोका देतेय?

“रविवारी रात्री जेव्हा तिने राहुलला पत्ता पाठवला तेव्हा तर माझ्या तळपायाची आग मस्तकाला गेली. आता माझ्या घरी पण येणार होता हा? आणि इथे येऊन यांचं लफडं चालणार होतं? मी तेव्हाच ठरवलं की आता हिला संपवायचे. दुसऱ्या दिवशी उशिरा जाण्याबद्दल मी इनायतला काही बोललो नव्हतो म्हणूनच तिने राहुलला दहा वाजता बोलावलं होतं. मी सकाळी नेहमी सारखा घरून निघालो. माझ्या डोक्यात माझा प्लॅन सुरू असल्यामुळे मी राधाला सांगायला विसरलो की मी ऑफिसला जातोय. त्या नंतर तुम्ही सांगीतलं तसच सगळं घडलं. पुन्हा पुन्हा मी तिच्या चेहऱ्यावर मारलं. मला बघायचाच नव्हता तो चेहरा. मारून टाकलं मी तिला!” आशिष थांबला. त्याचा आवाज थरथरायला लागला होता आणि चेहऱ्यावर अगदी खुनशी भाव होते.

सगळे काहीही बोलण्याच्या पलीकडे गेले होते. राहुल रडत होता. साजिद

देखील सुन्न होऊन बसला होता. मग करण बोलला,

"आशिष. संशय घेऊन असं काहीतरी करण्यापेक्षा तिच्यावर विश्वास ठेवला असतास तर सगळं चांगलं झालं असतं. राहुलने खून केला नाही हे मला माहीत होतं, पण मला त्याच्या कडून त्याच्या आणि इनायतच्या संबंधाबद्दल जाणून घ्यायचं होतं आणि मुख्य म्हणजे तुला ते ऐकवायचे होते. तू जे केलं त्या मागचं तुझं कारण किती चुकीचं होतं हे तुला दाखवून द्यायचं होतं. इनायतने कधीच तुला धोका दिला नाही. राहुलकडून जरी प्रेम असलं तरी तिच्याकडून फक्त आणि फक्त मैत्रीच होती."

कोणीच काही बोलले नाही. मराठेंनी आशिषला आपल्या ताब्यात घेतले आणि पुढचे पोलिसी सोपस्कार करू लागले. आम्ही त्यांना हात दाखवला आणि नंतर फोन करतो असा इशारा करून तिथून निघालो.

घरी येताना मी विचार करत होतो. आशिष आणि इनायतचे प्रेम होते एकमेकांवर. प्रेमात विश्वास का नव्हता? किंबहुना विश्वासाशिवाय प्रेम कसे होऊ शकते? आणि त्या अविश्वासापायी एका मुलीने आपला जीव गमावला होता. आणि जरी ती त्या राहुलच्या खरंच प्रेमात असती, तरी त्यासाठी तिला शिक्षा देण्याची काय गरज? आणि ती देण्याचा हक्क आशिषला कोणी दिला?

आम्ही घरी आलो आणि मी ऑफिसला जायची तयारी करू लागलो. खायची इच्छा होत नव्हती.

"सत्यशोधक!" करण एकदम ओरडला.

"काय??" मला काही कळलेच नाही.

"अरे तू म्हणाला होतास ना, सत्यान्वेशी व्योमकेश आहे? म्हणून मी आता पासून स्वत:ला सत्यशोधक म्हणवून घेणार आहे. आणि माझ्या डिटेक्टिव्ह एजन्सीचं नाव पण हेच ठेवणार आहे. सत्यशोधक एजन्सी - तुमचं सत्य आम्ही शोधू!" करण शून्यात बघत म्हणाला.

मी हसतच घराबाहेर पडलो.

करण तसाच बसला होता. शून्यात सत्य शोधत.

~ समाप्त ~

डिटेक्टिव्ह करण #२

खेळ सावल्यांचा

चर्च मधील एक पेच

लेखक

नीरज भोपळे

प्रकरण १

गादीवर मोबाईल फेकून करण ओरडला, “आह”.

काही महिन्यांपूर्वी पुण्यात उतरलो तेव्हापासून आमची खोली तशीच होती. तुम्हाला जमिनीवर गाद्या सहजपणे मांडलेल्या दिसतील - यालाच करण आमची “भारतीय आसन व्यवस्था” म्हणतो. त्याच्या म्हणण्यानुसार, आजकाल हा सगळीकडे ट्रेंड आहे, पण इथे ट्रेंडी असण्यापेक्षा आमच्या बजेटचा जास्त प्रश्न आहे. करणच्या 'सत्यशोधक डिटेक्टिव्ह एजन्सी' मधून पैसे येत नाहीत, किमान फॅन्सी फर्निचर विकत घेण्यासाठी तरी पुरेसे नाही.

तर, अशी कल्पना करा: आपण आत येता, आणि तेथे या गाद्या नीटपणे मांडलेल्या आहेत, ज्यामुळे बसायला एक आराम दायक बैठक बनली आहे. हे वसतिगृहामध्ये एखाद्या मित्राच्या खोलीत बसण्यासारखे आहे - निवांत आणि बिनधास्त. करणला आराम आवडतो तसच मला देखील. संपूर्ण सेटअप संध्याकाळच्या गप्पा आणि मूव्ही नाईट्ससाठी कमी किमतीच्या, बजेट-फ्रेंडली हॉटेल सारखे आहे.

'फॅशनेबल' असण्याबद्दल करणची ना नाही, पण मग व्यवहारज्ञान पुढे येतं. पैशाचं सोंग आणता येत नाही. गुप्तहेर एजन्सी ठीक ठाक चालते, परंतु पैसा नसला की कुठे ना कुठे तरी काटकसर करावीच लागणार. ती आम्ही इथे करतो.

स्वस्त पडद्यांमधून आत येणारा सूर्यप्रकाश आमच्या खोलीला स्वागताची उबदार चमक देतो. भिंतीवर फ्रेम केलेल्या आठवणी आणि चित्रविचित्र शोभेच्या वस्तू यांचा जणू एक पडदाच बनला आहे - त्यातली प्रत्येक फ्रेम, प्रत्येक वस्तू एक कथा सांगते, गादीवर बसून झालेल्या असंख्य

विचारमंथन सत्रांचे साक्षीदार म्हणजे बाजूला असलेले छोटेसे कॉफी टेबल.

आमच्याकडे आलीशान सोफा नसेल, ही खोली कदाचित श्रीमंती दाखवत नसेल, परंतु आयुष्याच्या साध्या सुखांमधून आराम दायक घर बनवण्याबद्दल निश्चितपणे संदेश देऊन जाते. आपल्याकडे जे आहे त्याचा सर्वोत्तम वापर करणे, साधेपणात आराम शोधणे आणि मर्यादांना आपल्या स्वत:च्या अनोख्या शैलीत बदलणे हे आम्हाला आवडतं.

गेल्या काही वर्षांपासून करण पुण्यात वास्तव्यास आहे. पण नोकरी सोडून पूर्णपणे खाजगी डिटेक्टिव्ह बनल्यानंतर तो पैशासाठी धडपडत होता. काही केसेस आल्या पण त्यातून तेवढे पैसे मिळाले नाहीत आणि नियतकालिकामध्ये लिहिण्याचा मोबदला तर फार कमी. आधीच्या नोकरीतून केलेली काही बचत त्याच्याकडे होती, पण ती झपाट्याने कमी होत होती. त्याचे आई-वडील मोठ्या भावासोबत अमेरिकेत राहत होते. तो त्यांच्याबद्दल फारसा बोलत नव्हता, म्हणून मला वाटते की त्याने त्यांच्याकडून कधीही पैसे घेतले नाहीत. मी त्याला त्यांच्याशी किंवा त्याच्या भावाशी बोलताना कधीच पाहीलं नाही.

पण मला या घरात राहण्याचा फारसा त्रास झाला नाही. म्हणजे मी काही महिन्यांपूर्वीच माझी नोकरी सुरू केली होती, आणि खरं सांगू का, माझं बचत खातं हे 'मिनिमम बॅलन्स' वर होतं. जेव्हा मी या ठिकाणी उतरलो, ते काही ओळखीच्यांच्या शिफारसीमुळे आणि मला वाटले होतं की मी काही आठवड्यांसाठी येथे थांबेन जोपर्यंत मला माझी स्वत:ची जागा सापडत नाही. मला माहित नव्हतं, ब्रह्माण्डाने एक वेगळीच योजना माझ्यासाठी आखली होती आणि त्याचं नाव होतं करण.

सुरुवातीला मला वाटलं की हा तात्पुरता मुक्काम असेल. पण करणला भेटणं हा गेम चेंजर होता. मला आमच्या इकडल्या तिकडल्या गप्पांमधेही

आनंद वाटला आणि तो ज्या प्रकरणांवर काम करत होता त्यावर चर्चा करण्यातही मी रमलो. आयुष्य अनपेक्षित वळण कसं घेतं हे गमतीशीर आहे ना? म्हणजे तात्पुरता निवारा शोधण्याच्या निर्णयामुळे खऱ्या गुप्तहेर प्रकरणांशी नाते जोडले जाईल आणि तो खेळ बघण्यासाठी पुढच्या रांगेत जागा मिळेल, असे कोणाला वाटणार?

तर, अशा प्रकारे मी इथेच स्थिरावलो आणि सुरुवातीला ठरवल्या पेक्षा जास्त काळ झाला तरीही या घराची मिनिमलिस्टिक वाइब्स आत्मसात केली. पण पश्चाताप नाही. कधी कधी, आयुष्य आपल्याला आश्चर्यचकित करतं आणि माझ्या बाबतीत, करण नावाचा गुप्तहेर एजन्सीचा मालक, हे याचं अत्यंत चांगलं उदाहरण आहे. आपल्याकडे मनोरंजक संभाषण आणि गुप्तहेर कथांचे मोठं घबाड असताना फॅन्सी फर्निचरची आवश्यकता कोणाला आहे, बरोबर?

आल्यावर आठवडाभरातच करणने मला खुनाच्या तपासात सामील करणे हा अनपेक्षित पण थरारक अनुभव होता. हीच ती त्याची 'लेफ्ट-राइट मिस्ट्री'. सुरुवातीला भीती वाटली होती आणि मृत देह पाहून बेशुद्धही झालो होतो, तरी एकंदरीत अनुभव आनंददायी होता. करणच्या तर्कशास्त्राचा निपुण वापर आणि सखोल निरीक्षण कौशल्यामुळे उपनिरीक्षक मराठे यांनी त्याच्यावर सोपवलेले प्रकरण त्याला एकट्याने सोडवता आले.

करण अधिकृतरित्या पोलीस दलाचा भाग नसला तरी मराठे अनेकदा खून आणि इतर गुंतागुंतीच्या प्रकरणांमध्ये त्याचे सहकार्य मागत. प्रसिद्धी किंवा पैशाने प्रेरित न होता या आव्हानाचा आनंद घेत करण या संधींचे स्वागत करतो. मराठेंनी करणच्या कौशल्याचे कौतुक करताना, त्याचे यश विभागातील इतरांना सांगितले. यामुळे गुंतागुंतीच्या आव्हानांना सामोरे जाताना अधिकाधिक अधिकारी करणचे मत जाणून घेऊ लागले होते, आणि

ही भूमिका करणने आनंदाने स्वीकारली. समस्या सोडविणे आणि कोडे उलगडणे ही त्याची आवड होती, या कामात सहभागी होण्यामागची हीच खरी प्रेरणा होती.

राहता राहिली माझी गोष्ट - मी समर कुळकर्णी, अँटी ॲडवेंचर क्लबचा स्वयंघोषित सदस्य. माझ्या संपूर्ण आयुष्यात, मी साहसी गोष्टींपासून सुरक्षित अंतर राखण्यात यशस्वी झालो आहे. शाळेत असताना इतर जण खेळात रमले असायचे, तर मी पाठ्यपुस्तकांमध्ये रममाण होतो, गुणांचा पाठलाग करत होतो, फक्त तेच मला महत्त्वाचं वाटायचे.

खेळ? माझ्यासाठी नाही. आरामखुर्चीत बसून खेळायचे खेळ चालतात, पण मैदानी खेळ खेळायला मला आवडत नाही. मला क्रिकेट आणि कार रेसिंग पाहणे खूप आवडायचे, मुळात मी बेडवर बसून माझ्या खोलीतून खेळाडूंचा उत्साह वाढवू शकतो. अमेरिकन निंजा वॉरियर, बीस्टमास्टर - असे कार्यक्रम अगदी मन लावून बघतो. निव्वळ शारीरिक सामर्थ्याच्या जोरावर स्पर्धकांना वेड्या आव्हानांवर विजय मिळवताना पाहण्याचा थरार? कधीही चालेल. पण यापैकी काही खेळ स्वतः खेळायचे? नको, धन्यवाद। जिम माझ्यासाठी निषिद्ध क्षेत्र. धावण्याची किंवा जॉगिंगची कल्पना? विचार सोडा. शारीरिक हालचाली करणं मला आवडत नाही. मी कॅरम आणि पत्ते खेळणारा माणूस आहे - घाम न गाळता सगळी मजा. मला एक आरामशीर बैठक, एक बोर्ड किंवा पत्त्यांचा डेक द्या आणि मी आनंदात राहीन. इतर लोक एड्रेनालाईन वाढवणाऱ्या गोष्टी करत असताना, मी माझ्या सिंहासनावर आरामात बसून रणनीती आणि कौशल्याच्या जगात विहरण्यात पूर्णपणे समाधानी असतो. साहस हा जीवनाचा मसाला असू शकतो, परंतु मी माझ्या विना साहस अशा कार्ड गेम्स आणि कॅरम मधे पूर्णपणे आनंदी असतो.

करण वैतागून काही ओरडला तेव्हा मी त्याच्याकडे पाहीलं. तो फोनवर

काहीतरी वाचत होता आणि त्याच्या आजूबाजूला वर्तमानपत्रांचा ढिगारा पडलेला होता. रविवार असल्याने वर्तमानपत्रे आणि खास पुरवण्या चांगल्याच जड होत्या. दोन दिवसांपूर्वीच आम्ही जुन्या वर्तमानपत्रांची रद्दी काढून एका कोपऱ्यात रचली होती आणि स्वतःची सुटका करून घेतली होती,. यामुळे दिवाणखाना पूर्वीपेक्षा अधिक चकाचक दिसत होता. मी करणला एकदा सांगीतले होते की आपण वर्तमानपत्र घेणं बंद करू. परंतु त्याने ते चालू ठेवण्याचा आग्रह धरला. सकाळी हातात वर्तमानपत्र घेऊन वाचायला त्याला खूप आवडायचं. त्यातला जाहिरातीचा कॉलम वाचायला तर अधिकच आवडायचं. 'साध्या जाहिरातीं पेक्षा यांच्यात खूप काही असतं,' असं त्यानी मला सांगीतलं होतं. मला माहित होते की हे कुठून सुचलं आहे - शेरलॉक होम्स मधून. तो शेरलॉक होम्स चा मोठा चाहता होता. त्याच्यामुळेच गुप्तहेर बनण्याचे त्याने लहानपणी ठरवले होते, आणि त्याच्या कादंबऱ्यांमधून खूप काही शिकायला मिळाले, असे तो म्हणायचा. मला स्वतःला शेरलॉक वाचायला आवडायचे आणि त्याची प्रत्येक गोष्ट नेहमीच विलक्षण वाटायची. तो काल्पनिक पात्र आहे याने काहीच फरक पडत नव्हता. आम्ही दोघंही त्याच्याबद्दल असे बोलायचो जणू तो खरा गुप्तहेर आहे. आणि अर्थातच, पॉयरोबद्दल. या दोघांनी त्याला गुप्तहेर बनण्याची प्रेरणा दिली होती. .

“काय झालं?,” मी चहाचा कप घेत विचारलं.

“काहीच इंट्रेस्टिंग नाही. अजिबात नाही! पुण्यातील सर्व गुन्हेगार सुट्टीवर गेले आहेत असं वाटतं! त्यात घरफोडी, पॉकेटमारी, चेन खेचणे आणि नेहमीप्रमाणे काही अंधश्रद्धेची चर्चा आहे. यार!!!” तो ओरडला.

“हो हो मिस्टर होम्स,” शेरलॉक त्याच्या एका कथेत असंच काहीतरी बोलतो हे आठवून मी हसलो.

“हो तू हस माझ्यावर. पण तुला माहित आहे की जेव्हा माझ्याकडे काम

असतं, काहीतरी कोडं सोडवायचं असतं तेव्हा तुलाही ते करायला मजा येते," तो नि:श्वास सोडत म्हणाला.

करण बरोबर बोलत होता. साहसाच्या कुठल्याही गोष्टीबद्दल माझा तिरस्कार असला तरी त्याच्याबरोबर एखाद्या प्रकरणात लक्ष घालणे किंवा नुसतं त्याबद्दल बोलणे हे मला खूप आवडायचं. मी तुम्हाला सांगतो, माझं ऑफिसचं काम म्हणजे मला एक ब्रेनडेड मशीन बनवणं असं आहे, माझ्या बुद्धीला त्यानी थोडीही चालना मिळत नाही. जणू माझा मेंदू हळूहळू पिंजऱ्यात बंद होत चालला होता आणि चावी कुठेच दिसत नव्हती. मी नेहमीच स्वत:ला बऱ्यापैकी हुशार मानतो, आणि म्हणून मला काहीतरी इंट्रेस्टिंग करायला हवं असतं,.

करण सोबत केसेस सोडवणं ही माझी मेंटल जिम बनली, मेंदूसाठी एक वर्कआऊट बनलं ज्याची मला नितांत गरज होती. गुदमरलेल्या दिनक्रमातील ताज्या हवेचा तो श्वास होता, माझ्या सांसारिक अस्तित्वात उत्साहाचे इंजेक्शन होते. कदाचित माझ्या रोजच्या अतिशय मंद आणि बोरिंग कामामधला आयुष्यातला मसाला होता.

"बरोबर आहे." मी म्हणालो.

"कदाचित मी लोकांची हत्या करायला सुरुवात करावी आणि पोलिसांना सांगावं की हे भूत आहे जे हे करत आहे! मजा येईल!" असा टोला त्यानी लगावला.

"आणि मराठेंनी या प्रकरणाची तुलाच चौकशी करायला सांगितली तर? त्याला खरोखर मदत न करता सुद्धा तुला त्याला मदत करावी लागेल."

"हो यार. तो चांगला माणूस आहे. मला वाटत नाही की मी त्याच्या हत्येच्या तपासात अडथळा आणीन."

"तू खरंच खून करण्याचा विचार करत नाहीस ना?" मी जरा सावध

झालो.

"नक्कीच नाही. नक्कीच... नाही." माझ्याशी डोळ्यांचा संपर्क टाळत तो त्याच्या थिंकिंग मोडमध्ये जात म्हणाला.

मी पुस्तक वाचायला सुरुवात करताच त्याने पुन्हा फोन उचलला आणि त्यात स्क्रोल करायला सुरुवात केली, तरीही थोडी काळजी वाटली. मला माहित होते की तो काही मूर्खपणा करणार नाही पण तो एक विचित्र माणूस होता. एक विचित्र माणूस ज्याला वांग्याची भाजी आवडते! वांग्याची भाजी खाणारा माणूस हा माझ्यासाठी विचित्रच आहे.

मला भूक लागली होती, म्हणूनच मी जेवणाचा विचार करत होतो, हे माझ्या लक्षात आले. मी नाश्ता करायला उठलो. मला स्वयंपाक कसा करायचा हे माहित नव्हते, पण करण चांगलं जेवण बनवायचा. आम्हाला रात्रीचे जेवण हनुमान टिफिन सर्व्हिसेस या घरगुती जेवणावळीतून मिळत असे. मी माझ्या अमेरिकेतील क्लायंटसाठी नाईट शिफ्टमध्ये काम करत असल्याने मला दुपारचे जेवणही तिथूनच मिळत असे. करण दिवसा नेहमी फिरत असायचा, त्यामुळे दुपारच्या जेवणाच्या वेळी तो जिथे असेल तिथे जेवायचा.

मी ब्रेड टोस्ट केली आणि ऑमलेट बनवले. करणने मला ते कसे बनवायचे हे शिकवले होते. टोस्ट केलेले ब्रेड, मेयोनेझ, चीझ आणि ऑमलेट - मॅगी सॉससह, वाह! आम्हा दोघांनाही ते खूप आवडायचे आणि सहसा रविवारी आम्ही हाच नाश्ता करायचो. आणि अर्थातच चहा. आम्ही चहाशिवाय जगू शकत नव्हतो. आम्ही अजिबात कॉफी पिणारे नव्हतो.

"तुझे आई-वडील तुझ्याबरोबर पुण्यात का राहत नाहीत? ते तुझ्या भावासोबत अमेरिकेत का राहतात?" मी विचारलं. मला नेहमी त्याला हे विचारायचे होते पण ते कधीच झाले नाही. दोन वेळा मी हा विषय मांडला,

तेव्हा त्याने बिझी असल्याचे नाटक केले आणि काहीच उत्तर दिले नाही. आज तो बिझी नव्हता आणि बिझी आहे असं भासवतही नव्हता.

"अरे, तिथे त्याची बायको आणि मुलगी आहे. त्यांना तिथे राहून मजा येते. त्यांना त्यांच्या नातीसोबत खेळायला मिळतं. आणि साहजिकच तिथे एक 'महाराष्ट्र मंडळ' आहे, जिथे त्यांना खूप माणसं भेटतात. त्यांना ते आवडतं," त्यानी थोडं अनिच्छेनी उत्तर दिलं.

ते सांगताना मला त्याच्या डोळ्यात दुःखाचे भाव दिसत होते. त्याला नक्कीच काहीतरी वेगळं सांगायचं होतं, पण तसं झालं नाही. मी तो पॉइंट पुढे नेला नाही. कदाचित त्याला वाटेल तेव्हा तो मला सांगेल, असं मला वाटलं, आणि मी माझ्या नाश्त्यात बिझी झालो.

"अप्रतिम! समर, तू आज अतिशय छान नाश्ता बनवला आहेस." करण पुन्हा आपल्या आनंदी स्वभावात परतला होता.

"धन्यवाद गुरु देव. तुझ्याकडूनच शिकलो आहे." असं म्हणत मी त्याला उपहासात्मक सलामी दिली.

"अर्थातच. जगातील सर्वोत्कृष्ट शेफ होशील जर सर्वोत्कृष्ट गुरु कडून शिकलास तर." असे उद्‌गार त्यानी काढले. स्वतःच स्वतःची तारीफ तो बरेच वेळा करायचा, पण तो जे काही करत असे, त्यात तो पारंगत होताच.

"चल, आज सिनेमा बघायला जाऊया. तसही, उद्या रात्रीपर्यंत मला कामावर जायचं नाही." मी सुचवलं.

"चल. बघू आपण कोणता चित्रपट पाहू शकतो. किंवा कदाचित नाटकही असेल," वृत्तपत्र उघडत तो म्हणाला. वृत्तपत्रे वाचायला आवडण्याचे हे आणखी एक कारण होते. मराठी नाटकांची ऑनलाइन फारशी जाहिरात होत नसली तरी स्थानिक वर्तमानपत्रांमध्ये जाहिराती नक्कीच टाकल्या जातात.

†

आम्ही दिवसभर फिरलो; आधी लक्ष्मी रोडवर गेलो आणि बेडेकर मिसळ (अर्थातच) येथे मिसळपाव खाल्ला. मग आम्ही फिनिक्स मॉलमध्ये गेलो. वेळ घालवण्याचा हा आमचा आवडता छंद होता - लोकांना पाहणे आणि नंतर ते काय विचार करत असतील किंवा त्यांचा व्यवसाय काय आहे आदी गोष्टींवर चर्चा करणे. आम्ही स्टारबक्समध्ये चहा घेतला - आम्हाला तिथे प्यायला आवडणारी ती एकच गोष्ट होती. पण आम्ही सहसा ते करायचो नाही, आमच्यासाठी ती एक महागडी जागा होती. सिनेमा बघायच्या ऐवजी आम्ही अनेक वर्षांनंतर एक मराठी नाटक पाहीलं - ते चांगलं होतं. योगायोगाने ही देखील एक सस्पेन्स स्टोरी होती. आम्ही रात्रीचे आमचे टिफिन रद्द करण्याचा निर्णय घेतला आणि ब्लू नाइल - पुण्यातील एक जुने रेस्टरौं जे चिकन डिशसाठी प्रसिद्ध आहे - तिथे जेवलो. त्या छान जड जेवणानंतर आम्हाला झोप येत होती आणि आमचं घर तिथून खूप दूर होतं. तिथून निघालो तेव्हा पाऊस सुरू झाला होता पण तरीही आम्ही घरी परतत असल्याने आम्हाला त्याची काहीच हरकत नव्हती. आम्ही आमचा फोन प्लॅस्टिकच्या कव्हरमध्ये सुरक्षित ठेवला आणि करणच्या बाईकवर परत जाऊ लागलो - पण पाऊस काही मिनिटांतच थांबला.

आम्ही घरी पोचलो तेव्हा रात्रीचे साडेदहा वाजले होते. आम्ही थकलो होतो आणि पावसात थोडे भिजलो होतो. करण आंघोळीला गेला आणि मी वाट बघत फोन चेक करत होतो. करण बाहेर आला आणि बरे वाटावे म्हणून गरमागरम चहा बनवू लागला आणि मी शॉवरमध्ये गेलो. पाच मिनिटातच करण बाथरूमचा दरवाजा ठोठावू लागला.

“काय!? शांततेत अंघोळ करू दे ना!” मी ओरडलो.

“आपल्याला जावं लागेल. लवकर बाहेर ये.” करण म्हणाला.

आता जायचे आहे? का? कुठे? आम्ही नुकतेच परत आलो होतो आणि मी थकलो होतो. मला थंडी जाणवत होती. मला झोपायला हवं. मी हे सगळं डोक्यात म्हणालो - पटकन अंघोळ आटोपून बाहेर येत. मला माहित होते की माझ्याकडे पर्याय नाही. बरं, तांत्रिकदृष्ट्या माझ्याकडे एक पर्याय होता. पण करणकडे मला नेहमी त्याच्या सोबत ॲडव्हेंचर ला जायला पटवून देण्याचा एक मार्ग होता आणि मला हवं तेव्हाही मी नाही म्हणू शकत नव्हतो. का माहित नाही. कदाचित तो मला संमोहित करत असेल का? ते कसं करायचं हे त्याला माहित आहे, असं तो अनेकदा म्हणाला. मी ठरवले की मला लवकरच त्याच्याकडून याबद्दल अधिक जाणून घेण्याची आवश्यकता आहे.

"काय झालं? कुठे जायचं?" मी कपडे घालायला सुरुवात करताच चौकशी केली. तो आधीच कपडे घालून निघायला तयार झाला होता.

"खडकी कॅन्टोन्मेंट परिसरात जावे लागेल. इंस्पेक्टर साळवी यांचा फोन आला. मी त्यांना यापूर्वी दोन वेळा भेटलो आहे. ते मराठेंचे मित्र आहेत. काही चांगलं प्रकरण असेल तर मला फोन करतील, असे आश्वासन त्यांनी दिले होते," अशी माहिती त्यानी दिली.

"खडकी? तिथे काय झालं?" मला आता कुतुहल वाटू लागलं होतं.

"हत्या. एका पुजाऱ्याची हत्या करण्यात आली आहे," असे तो बिनधास्तपणे म्हणाला

पुजारी? पुजाऱ्याची हत्या कुणाला का करायची असेल? पुजाऱ्याला कोणी शत्रू असतील का? मला वाटले की ते सर्वात सज्जन लोक असतील. मी स्वत: नास्तिक आहे, त्यामुळे मंदिरात कधीच जात नाही. पण मला भेटलेले पुरोहित साधे आणि चांगले वाटले होते.

आता पाऊस पडत नसला तरी आम्ही आमचे रेन जॅकेट घातले. आता जरा थंडी पडली होती आणि रस्ते चिखलमय आणि निसरडे झाले होते.

आम्ही त्याच्या बाईकवर बसलो आणि खडकीच्या दिशेने निघालो.

"पुजारी कुठल्या मंदिराचा होता?" करण रस्त्यावरील खड्यांपासून बाईकचा बचाव क़रत चालवत असताना मी विचारले. तो हळू गाडी चालवत होता. गेल्या वर्षी एकदा तो रस्त्यावरून घसरला होता. रस्त्यावर बसलेल्या गायीला धडक बसू नये म्हणून गाडी बाजूला घ्यावी लागली आणि रस्त्याच्या कडेला असलेल्या झाडावर आदळली, हे त्याने मला सांगीतले होते. सुदैवाने त्याला फारशी दुखापत झाली नसली तरी त्याच्या दुचाकीचे खूप नुकसान झाले होते. तेव्हापासून तो गाडी चालवताना अधिकच सावध असतो. ते माझ्यासाठी चांगलं होतं. मला दुचाकीवर मागे बसणं कधीच आवडले नाही.

"मंदिर नाही. तो ख्रिश्चन धर्म गुरू होता. खडकी चर्च मधला."

प्रकरण २

खडकी चर्च हे एक भव्य दृश्य होते, एक पांढरी वास्तु होती जी विस्तीर्ण हिरव्यागार लँडस्केपच्या पार्श्वभूमीवर लक्ष वेधून घेत होती. मुख्य रस्त्यापासून थोडं दूर वसलेल्या या रस्त्याला हे चर्च होतं. या रोमन कॅथलिक चर्चमध्ये भव्यतेची हवा होती. जवळ आल्यावर हिरव्यागार झाडांमध्ये आणि अंधारलेल्या आकाशाच्या आलिंगनाखाली हे चर्च एखाद्या परीकथेच्या वाड्यासारखं उभं राहिलं होतं. सभोवतालच्या विस्तीर्ण हिरव्यागार मोकळ्या जमिनीने नयनरम्य वातावरणात भर घातली होती आणि वास्तुकलेची वैभवशाली आभा वाढवली होती. विशाल कमानी आणि घुमटांनी अप्रतिम शाही स्पर्श दिला होता आणि इमारतीच्या कालातीत सौंदर्यात भर घातली होती

त्याच्या वयाची साक्ष देणारे, बहुतेक बांधकाम दगडात अभिमानाने उभे होते. नैसर्गिक वातावरणात उभ्या असलेल्या प्राचीन पांढऱ्या रंगात ते रंगवलेले होते. अगदी विटा आणि सिमेंटपासून तयार केलेले नवीन जोड, अखंडपणे मिसळलेले, क्लासिक सौंदर्याशी जुळणारे रंगवले होते. देवदूत आणि संतांच्या गुंतागुंतीच्या डिझाइनने सजवलेल्या काचेच्या खिडक्यांनी चर्चच्या बाजूंना अलौकिक सौंदर्याचा स्पर्श दिला होता.

चर्चच्या मैदानाच्या प्रवेशद्वारालाही स्वतःचे आकर्षण होते - इंग्रजी शैलीची आठवण करून देणारा एक उंच आणि पांढरा अलंकृत लोखंडी दरवाजा होता, जो संपूर्ण कंपाऊंड भिंतीच्या सौंदर्याचे प्रतिबिंब दाखवत होता. खडकी चर्च हे केवळ प्रार्थनास्थळ नव्हते; इतिहास, वास्तुकला आणि शांत नैसर्गिक सौंदर्य यांचा सुरेख मिलाफ असलेला हा व्हिजुअल मास्टरपीस होता.

गेटच्या बाहेर पोलिसांची जीप उभी असल्याचे आम्हाला दिसले, म्हणून

आम्ही आमची दुचाकी शेजारी पार्क केली. तेथे इतर वाहने नव्हती. काही लोक गेटच्या आत जाण्याचा प्रयत्न करत होते, पण तिथे तैनात असलेले कॉन्स्टेबल कोणालाही आत जाऊ देत नव्हते. आमची ओळख पटल्यानंतर त्यांनी आम्हाला आत सोडले. इंस्पेक्टर साळवी यांनी त्यांना आमच्याबद्दल आधीच सांगीतलं असावं.

चर्चच्या मुख्य दरवाज्याकडे जाणाऱ्या कच्च्या रस्त्यावरून आम्ही चालत गेलो. वाटेत थोडी खडी होती, पण तो पूर्णपणे खचलेला रस्ता नव्हता. तो डांबरी रस्ताही नव्हता. तो मातीचा रस्ता होता. नुसता घट्ट भरलेला चिखल, जो पावसामुळे खचून गेला होता. कदाचित त्यांना त्या जागेची अनुभूति थोडी ग्रामीण आणि वाड्यासारखी ठेवायची होती. वाटेच्या कडेला सुंदर फुलांनी नटलेली छोटी झुडुपे होती. हा रस्ता वाहनांना आत येण्या इतपत मोठा होता आणि सध्या तो रिकामा असला तरी एका बाजूला पार्किंगची जागाही होती. आम्ही चर्चच्या मुख्य दरवाज्यापाशी पोहोचलो. ते आधीच उघडे होते आणि आतील दृश्य आश्चर्यकारक होते. तिथे एक छोटीशी अँटीरूम होती जिथे बसण्यासाठी जागा होती आणि छत्री आणि इतर वस्तू देखील ठेवल्या होत्या. आत एक मोठा हॉल होता, ज्याचे छत खूप उंच होते. छत बायबलमधील कथांनी रंगवण्यात आले होते (मला वाटतं) आणि त्याला पांढरी पार्श्वभूमीही होती. समोरच क्रूसावर येशूचा एक मोठा पुतळा लावलेला होता. स्टेजसदृश जागेवर एक टेबल होते जिथून पुजारी प्रवचन देत असत. लोकांना प्रार्थना करण्यासाठी महोगनी लाकडाची बसण्याची जागा होती. त्या चर्चमध्ये एका वेळी किमान दोनशे लोक सहज बसू शकत होते. हे एक जुने चर्च होते, त्यामुळे बेंच आणि भिंतींची थोडीशी दुरावस्थाही आम्हाला दिसत होती, पण एकंदरीतच त्याची देखभाल चांगली केलेली दिसत होती.

आम्ही मुख्य दरवाज्याच्या बाहेरच्या चटईवर बूट पुसले आणि सगळे सौंदर्य बघत आत गेलो. हॉलच्या उजव्या कोपऱ्याजवळ काही नन आणि पोलीस उभे होते. आम्ही त्या दिशेने गेलो आणि एक इंस्पेक्टर आमच्या दिशेने येऊ लागला. तो इंस्पेक्टर साळवी असावा.

"हाय करण, बरं झालं आलास तू." करणचा हात हलवत तो माझ्याकडे बघत म्हणाला.

"हा समर आहे. माझा रूममेट आहे. हा कधी कधी केसेसमध्ये माझ्या सोबत असतो. मला आशा आहे की तुमची हरकत नाही?" करणने विचारले.

"नक्कीच नाही! हॅलो समर." साळवी म्हणाला आणि माझा हात हलवला. सर्व जण जिथे उभे होते त्या दिशेने आम्ही चालत गेलो. चर्चच्या त्या कोपऱ्यात एक लाकडी बुथ उभा होता, जो बाकीच्या भव्य वास्तुसारखा अलंकृत होता. या बुथमध्ये दोन भाग होते, दोन्ही भाग बारीक तयार केलेल्या लाकडी जाळीने वेगळे केले गेले होते. हे कन्फेशन बुथ होते, एक पवित्र जागा जिथे लोक आपले पाप सामायिक करू शकतात आणि सांत्वन मिळवू शकतात.

लाकडी बुथची रचना चर्चच्या एकंदर भव्यतेशी सुसंगत होती. त्याच्या प्रत्येक भागामध्ये गोपनीयतेची भावना होती, ज्यामुळे व्यक्तींना त्यांचे कबुली जबाब विचारपूर्वक सामायिक करण्याची संधी मिळत असावी. समृद्ध लाकूड कामामुळे वातावरणाच्या गांभीर्यात भर पडली होती आणि चिंतनाचा आणि आध्यात्मिक मार्गदर्शनाचा क्षण मिळू शकेल अशी जागा निर्माण झाली होती.

श्रद्धा आणि पश्चाताप या दोहोंना स्थान देण्याच्या चर्चच्या बांधिलकीचा पुरावा म्हणून कन्फेशन बुथ उभा होता. त्याच्या तपशीलवार कारागिरीत पवित्रतेला कलात्मकतेची अखंडपणे सांगड घातली होती. मोठ्या

अभयारण्यातील हे एक शांत अभयारण्य होते, जे ख्रिस्ती लोकांना त्यांच्या श्रद्धेशी वैयक्तिक आणि चिंतनशील पद्धतीने जोडण्याचे आमंत्रण देत होते.

बुथचे दरवाजे उघडे होते. त्यांच्यावर रक्ताचे शिंतोडे होते. कोपऱ्यात आणखी एक दरवाजा होता जो बुथच्या मागे एका खोलीकडे जात होता. एक मृत पुजारी जमिनीवर खाली तोंड करून पडून होता. पुजाऱ्यांनी परिधान करायचा पारंपारिक ड्रेस त्याने परिधान केला होता. तो रक्ताने माखलेला होता. त्याच्या आजूबाजूला खूप रक्त साचलं होतं. खरं तर इतकं रक्त होतं की ते बाजूच्या भिंतींपर्यंत पोहोचलं होतं आणि कोपऱ्यात जमा होऊ लागलं होतं.

"फादर थॉमस डोंगरे. ते या चर्चचे प्रमुख पादरी होते. जास्त रक्तस्त्राव झाल्याने त्यांचा मृत्यू झाल्याचे दिसत आहे. त्यांच्या मानेला जखम झाली आहे. नन आणि सफाई कामगाराने त्याला मृतावस्थेत पाहीले आणि आम्हाला माहिती दिली. मला माहित होतं की तुला अशा प्रकरणात रस असेल, म्हणून मी तुला फोन केला," साळवी आम्हाला म्हणाले.

"थँक्स इंस्पेक्टर. तुम्ही फोन केला याचा मला खूप आनंद झाला. तुम्ही आधीच मृतदेहाची तपासणी केली आहे का?" करणने विचारले.

"हो माझं झालंय. मी नन्स आणि सफाई कामगार यांच्याशी बोलून त्यांचा जबाब घेत होतो."

"मी आधी एक नजर टाकली आणि मग आपण त्यांचं स्टेटमेंट एकत्र घेतलं तर हरकत आहे का?"

"हो हो. काही हरकत नाही. मला तसेही पंचनामा करून घ्यावा लागेल. त्यासाठी आवश्यक असलेल्या लोकांना मी बोलावले आहे. काही वेळात फॉरेन्सिक टीमही येणार आहे."

"थँक्स इंस्पेक्टर." करण त्याच्याकडे पाहून हसला. मी आणि करण मृतदेहाजवळ थांबलो तेव्हा बेंचवर बसता यावे म्हणून सर्व जण चर्चच्या

दुसऱ्या बाजूला गेले.

जमिनीवरील रक्ताचे प्रमाण पाहता साळवी यांचे म्हणणे बरोबर असल्याचे स्पष्ट झाले. फादर डोंगरे यांचा मृत्यू अतिरक्तस्रावामुळे झाला असावा. बेंच आणि बुथवरही रक्त पसरलेले होते. पण मृतदेह बुथपासून थोड्या अंतरावर, मध्यवर्ती पडून होता. तिथून बाहेरच्या दरवाज्याकडे जाणाऱ्या रक्तरंजित बुटांच्या खुणा होत्या. फार नव्हत्या आणि फार स्पष्ट नव्हत्या. रक्तावर पाऊल न ठेवता करणने फादर डोंगरे यांच्या हाताला वर करून नखांच्या जवळ पाहीलं. त्याने शरीराची स्थिती आणि डोक्याची स्थिती काळजीपूर्वक पाहीली. मानेच्या डाव्या बाजूला अतिशय स्वच्छ जखम होती. शरीरावर दुसरी कोणतीही जखम दिसत नव्हती - निदान आत्ता तरी.

करण बेंचच्या दुसऱ्या बाजूला गेला आणि ती बाजू तपासून पाहीली. मग तो बूथवर गेला. त्याने एक-एक बाजू उघडली आणि आत बघितले. त्याने आपल्या मोबाईल टॉर्चचा वापर करून बुथचा प्रत्येक कोपरा बघितला. कबुलीदार ज्या बेंचवर बसतो तो बेंच उजव्या बाजूला होता आणि पुजाऱ्याचे बेंच डाव्या बाजूला होते. दरवाजे फक्त आत बसलेल्या लोकांचा चेहरा आणि वरचे शरीर झाकणारे छोटे कापड होते. दरवाज्यांच्या त्या रचनेमुळे बुथच्या आतही रक्त साचले होते.

करणने आपले लक्ष कोपऱ्यात असलेल्या एका दरवाज्याकडे वळवले, त्याच्या पृष्ठभागावर रक्ताच्या खुणा होत्या. न डगमगता त्याने दरवाजा उघडला आणि उबदार प्रकाशात न्हाऊन निघालेली एक खोली उघडली - एक ग्रंथालय. प्रामुख्याने धार्मिक आणि धर्मशास्त्रीय विषयांभोवती केंद्रीत खंडांनी भरलेल्या पुस्तकांची कपाटे होती. खोलीतील हवेत जुन्या पुस्तकांच्या पानांचा वेगळा सुगंध आणि संचित शहाणपण होते.

वाचनालय लहान असले तरी आकर्षक होते. मध्यभागी खुर्च्यांनी वेढलेले एक माफक टेबल शांत चिंतनाला आमंत्रण देत होते. ख्रिस्ती कर्तव्यांविषयी

मार्गदर्शन करणारे खुले पुस्तक वाचकाची आतुरतेने वाट पाहत होते. करणने ते पुस्तक उचललं, उत्सुकतेने त्याची छाननी केली, त्याच्या पानांमध्ये कोरलेले तपशील आत्मसात केले. त्याचं पूर्ण लक्ष आता उलगडणाऱ्या रहस्याकडे लागलं. पुस्तकांच्या मूक रांगा आणि मोकळा श्वास असलेल्या या ग्रंथालयात जणू त्या काळजीपूर्वक निवडलेल्या खंडांच्या पानांमध्ये प्रश्नांची उत्तरे दडलेली असावीत, अशा शांत अपेक्षेची हवा होती. वाङ्मयीन आश्रय स्थान मागे टाकून आम्ही इतरांच्या दिशेनी आलो तेव्हा न सुटलेले कोडे एका न बोललेल्या प्रश्नचिन्हासारखे हवेत तरंगत होतं.

“इंस्पेक्टर साळवी, मला काही गोष्टी बाहेर जाऊन तपासायच्या आहेत, पण जबाब पूर्ण झाल्यावर मी ते तपासून पाहीन,” करण म्हणाला.

इंस्पेक्टर साळवी यांनी मान हलवली आणि आम्ही चार नन्स आणि सफाई कामगाराला समोरच्या बाकावर बसवले आणि आम्ही त्यांच्यासमोर उभे राहिलो. तो पर्यंत पंचनामा प्रक्रियेसाठी पंच म्हणून काम करण्यासाठी आणखी काही जण आले होते. साळवी यांच्या पथकातील एक हवालदार जबाब लिहिण्यासाठी आपली वही आणि पेन घेऊन सज्ज झाला होता. साळवी विचारू लागले,

“सिस्टर निवेदिता, नेमकं काय घडलं ते सांगा.”

चौघांपैकी सर्वात ज्येष्ठ दिसणारी नन घाबरून बोलू लागली. त्या चौघीही बराच वेळ रडत होत्या, हे त्यांच्या डोळ्यांवरून स्पष्ट दिसत होतं.

“आम्ही एका ओळखीच्या व्यक्तीकडे जेवायला गेलो होतो. मिसेस रॉय. चर्चच्या कामात ती आम्हाला अनेकदा मदत करते. इमारतीच्या काही दुरूस्तीसाठी आम्ही लवकरच निधी गोळा करण्याची योजना आखत होतो. रात्रीच्या जेवणात आम्ही त्यावर चर्चा केली आणि मग पाऊस थांबल्यावर परत आलो. तिचं घर जवळच आहे. गेट मध्ये शिरताच आम्हाला रमेश -

आमचा सफाई कामगार - चर्चमधून बाहेर पडताना दिसला. तो खूप घाबरलेला दिसत होता. तेव्हा आम्ही त्याला विचारलं काय प्रकरण आहे. तो काहीच बोलू शकला नाही. त्याने फक्त दाराकडे बोट दाखवलं. म्हणून आम्ही त्याला सोबत घेऊन आत गेलो. तो आम्हाला कन्फेशन बूथवर घेऊन गेला आणि तिथे आम्हाला फादर डोंगरेंचा मृतदेह रक्ताच्या थारोळ्यात पडलेला दिसला. आम्ही घाबरलो म्हणून १०० वर कॉल करायला आम्हाला काही मिनिटं लागली," नन निवेदिता पुन्हा अश्रु पुसत म्हणाली.

"ते जिवंत आहे की नाही, हे तपासलं का?" साळवी यांनी विचारले.

"नाही. जेव्हा आम्ही त्यांच्याकडे पाहीलं आणि आजूबाजूचं सगळं रक्त पाहीलं, तेव्हा ते जिवंत असतील असं वाटलं नव्हतं. इतकं रक्त होतं आणि ते हलत देखील नव्हते."

"तुम्ही चर्चला पोहोचला तेव्हा किती वाजले होते?"

"मला वाटतं दहा वाजून काही मिनिटं झाली होती."

"परत येताना किंवा चर्चच्या आवारात गेल्यावर तुम्हाला काही संशयास्पद दिसलं का?"

"नाही, तसं काही नाही." इतर नन्स नी देखील मान डोलावली.

"त्यांच्या कुटुंबाचे काही सांगता येईल?" साळवी यांनी विचारले.

"त्याचं लग्न झालं नव्हतं. चर्चच्या मागच्या एका खोलीत ते एकटेच राहायचे. आमची एक निवासी बिल्डींग आहे जिथे आम्ही सर्व जण राहतो. त्यांना अबीगेल नावाची बहीण आहे," अशी माहिती नन निवेदिता यांनी दिली.

"ती कुठे राहते? तुमच्याकडे तिचा नंबर आहे का? आम्हाला तिला कळवावे लागेल."

"मला आमच्या ऑफिस मधल्या रेकॉर्डवरून कळू शकतं. ती अहमदनगर

मध्ये राहते. पण ती सध्या पुण्यात आहे. काल सकाळी ती पुण्याला आल्याचे फादर डोंगरेनी सांगीतले होतं. ती विमाननगरमध्ये कुठेतरी एका मैत्रिणीच्या घरी उतरलीय.

"ठीक आहे. प्रश्न पूर्ण झाल्यावर तिचा नंबरही द्या," असे साळवी यांनी सांगीतले.

नन निवेदिता यांनी मान हलवली. साळवी यांनी आता आपले लक्ष रमेशकडे वळवले.

"ठीक आहे. मग रमेश, तुझं पूर्ण नाव काय?" साळवीने सफाई कामगाराकडे बघत विचारलं.

"रमेश चावरे, सर." तो वर बघण्याची हिंमत न करता म्हणाला.

"तू इथे किती दिवसांपासून काम करत आहेस?"

"एक वर्षाहून जास्त."

"काय झालं ते सांग," साळवी त्याच्याकडे तीव्रतेने बघत होता. करणही रमेशकडे खूप उत्सुकतेने पाहत होता हे मी पाहीलं.

"सर, मी काहीच केलं नाही सर. मी आत आलो आणि त्यांना मृतावस्थेत पडलेले पाहीले. मी घाबरून बाहेर पळालो. मी काही केले नाही, मी शपथ घेतो मी काही केले नाही." तो रडू लागला आणि विनवणी करू लागला.

"थांब. आधी रडणं बंद कर. सविस्तर सांग. एवढा उशिरा तू इथे काय करत होतास? आणि नेमकं काय झालं."

"आज सकाळच्या कामानंतर मला लवकर निघायचं होतं. मला सगळी साफसफाई पूर्ण करता आली नाही. म्हणून मी ठरवलं की आता येऊन साफसफाई संपवायची. फादर डोंगरे यांना ही जागा स्वच्छ ठेवणे नेहमीच आवडायचे. मी माझी सायकल भिंतीच्या कडेला ठेवली आणि आत आलो.

दरवाजा अर्धा उघडा होता. मी आत आलो आणि पाहीलं तर दूरच्या कोपऱ्यात, बुथ जवळ दिवे सुरू होते. मी त्या दिशेने गेलो आणि फादर जमिनीवर पडलेले दिसले. समोरच्या गेटवरून नन्स आत येताना पाहून मी घाबरलो आणि इमारतीच्या बाहेर पळालो. मी काहीच बोलू शकलो नाही. मी त्यांना आत घेऊन आलो आणि मग नन निवेदिता यांनी पोलिसांना फोन केला." तो अजूनही थरथरत रडत होता.

"तुला काही संशयास्पद दिसलं का? कोणी चर्च सोडून जात आहे किंवा असं काही?"

"नाही सर. काही नाही," तो म्हणाला." तो अजूनही वर पाहू शकत नव्हता.

"तू इथे आलास तेव्हा पाऊस पडत होता का?" करणने विचारले.

"नाही सर, मी घराबाहेर पडलो तेव्हा पाऊस पडत नव्हता."

"तुझं घर इथून किती अंतरावर आहे?"

"माझ्या सायकलीवर सुमारे 5-7 मिनिटे लागतात."

"तू इथे येताना नन्स दिसल्या नाहीत का?"

"नाही. माझं घर चर्चच्या उजव्या बाजूच्या गल्लीत आहे. कदाचित त्या डाव्या बाजूने आल्या असतील?" रमेश म्हणाला.

"हो, आम्ही डाव्या बाजूने आलो. रिकाम्या मैदानातून कच्च्या रस्त्याने गेलो तर मिसेस रॉय यांचं घर इथून १० मिनिटांच्या अंतरावर आहे," नन निवेदिता म्हणाली.

"सिस्टर निवेदिता. फादर डोंगरे एवढ्या रात्री चर्चमध्ये काय करत होते, असं तुम्हाला वाटतं?" साळवी यांनी विचारले.

"ते अनेकदा वाचनालयात वाचायला येत असत. तिथं आमचं छोटंसं वाचनालय आहे." कोपऱ्यातल्या दाराकडे बोट दाखवत ती म्हणाली.

“ते नेहमी हाच पोशाख घालायचे का? क ... क ...” साळवी यांना बरोबर शब्द आठवत नव्हता.

“कॅसॉक. ते केवळ प्रवचनांच्या वेळी आणि चर्चच्या कोणत्याही महत्त्वाच्या कामाच्या वेळी तो परिधान करीत असे. नाहीतर ते नॉर्मल कॅज्युअल कपड्यात असायचे,” सिस्टर निवेदिता म्हणाली.

“आज संध्याकाळी काही समारंभ होता का? त्यांनी आज रात्री कॅसॉक घातला होता,” करणने विचारले.

“नाही. कोणताही कार्यक्रम झाला नाही. त्यांनी ते का घातले होते हे मला माहित नाही.”

साळवीला आणखी काही प्रश्न नव्हते आणि करणलाही नव्हते. हवालदारांनी लिहिलेले जबाब पंचांसह साक्षीदारांनी तपासून त्यावर स्वाक्षऱ्या केल्या. इंस्पेक्टर साळवी व इतर मृतदेहाची माहिती घेण्यासाठी गेले आणि फॉरेन्सिक पथकही दाखल झाले होते. त्यांनी मृतदेहाची तपासणी करून बोटांचे ठसेही घेण्यास सुरुवात केली.

मी आणि करण मुख्य दरवाज्याच्या दिशेने जाऊ लागलो. करण बुटांच्या खुणा पाहत होता. बूट आणि चप्पलच्या अनेक मातीच्या खुणा आत-बाहेर येत होत्या. पाऊस पडला होता, त्यामुळे बाहेर खूप चिखल होता. एक-दोन वेळा करण गुडघ्यावर बसून खुणा जवळून पाहत होता. आम्ही मुख्य दरवाज्याजवळ पोचलो तेव्हा त्याने हँडल आणि कुलूप जवळून पाहीलं. फॉरेन्सिक टीम त्यावरील बोटांचे ठसे काढण्यात व्यस्त होती. दरवाज्याच्या हँडलवर थोडे रक्त होते. बाहेर जाताना मारेकऱ्याचे हात रक्तरंजित झाले असावेत.

इमारतीतून बाहेर पडताना करण ताबडतोब उभ्या असलेल्या सायकलीच्या दिशेने निघाला आणि त्याने बारकाईने टायर आणि हँडलबार

तपासले. दरम्यान, मुख्य दरवाज्यासमोरील जागेवर एक कारंजा होता आणि कारंज्याभोवती फिरून पुन्हा स्वत:ला जोडणारा कच्चा रस्ता नुक्त्याच झालेल्या पावसाची चिन्हे दाखवत ओला आणि किंचित गढूळ झाला होता.

हवेत गारवा जाणवल्याने मी मुख्य दरवाज्याच्या आत आश्रय घेतला आणि करणला फाउंटनभोवतीच्या रस्त्यावरून चालताना बघत होतो. बारकाईने निरीक्षण केल्यानंतर त्याने आपली नजर आकाशाकडे आणि इमारतीकडेच वळवली. कसून तपासणी करून त्याने मला येण्याचा इशारा केला आणि आम्ही दोघं मिळून मुख्य गेटच्या दिशेने निघालो. करण रस्त्याची चाचपणी करत राहिला, अधूनमधून खाली वाकून ठराविक ठिकाणांची पाहणी करत राहिला. गेटच्या बाहेर पाऊल टाकत आम्ही रस्त्याच्या दोन दिशांना तपासणी केली.

उजवीकडे, एक सरळ रस्ता होता ज्याला अनेक छोटे रस्ते जोडलेले होते, आणि त्या रस्त्यांवर अतिशय सुंदर अशी छोटी छोटी घरे होती. रस्त्याच्या दुतर्फा असलेली झाडे उंच आणि घनदाट उभी राहून एकांताचे वातावरण निर्माण करत होती.

करण तिथून चर्चकडे बघत उभा राहिला. त्याच्या मनात नक्कीच काहीतरी चालले होते - त्याचे डोळे ज्या प्रकारे अरूंद झाले आणि त्याच्या भुवया वक्र झाल्या त्यावरून मी सांगू शकत होतो. शेवटी त्याने नि:श्वास सोडला आणि साळवीला फोन करण्यासाठी फोन काढला. आपण निघत असल्याचे त्याने इंस्पेक्टरला सांगीतले आणि सर्व साक्षीदारांचे फोन नंबर पाठवण्याची विनंतीही केली. बाईकच्या दिशेने जाताना मी त्याला विचारलं - नेहमीप्रमाणे -

“मग तुला काय वाटतं?”

“अरे आत्ता तरी मी अंदाज लावणार नाही. मारेकरी कोण आहे हे शोधण्यापूर्वी आपल्याला बरीच माहिती गोळा करणे आवश्यक आहे.

“तुला काही इंट्रेस्टिंग वाटलं का? तू बऱ्याच गोष्टींकडे खूप बारकाईने पाहत होता. मला ही रक्तरंजित बूटांच्या खुणा दिसल्या. त्या चप्पल घातलेल्या कोणीतरी बनवल्या होत्या ना?”

“हो. बरोबर.”

“म्हणजे त्या मारेकऱ्याच्या बुटांच्या खुणा होत्या. म्हणजे चपलेच्या खुणा?”

“शक्य आहे.”

“तू मला काही का सांगत नाहीस!? तुला माझ्यापासून गोष्टी का लपवायच्या असतात? त्याबद्दल मी कुणालाही सांगणार नाही!” मी अधीर होत होतो.

“सर्व वस्तुस्थिती पाहण्याआधी आणि माहिती गोळा करण्यापूर्वी निष्कर्षापर्यंत पोहोचणे मूर्खपणाचे आहे. आणि आपण नुकतीच चौकशी सुरू केली आहे. आपण अद्याप कुठल्याच निष्कर्षापर्यंत पोहोचू शकत नाही. आणि शिवाय मी जे काही पाहीलं ते तू देखील पाहीलं, नाही का? आपल्या मेंदूला थोडे चालवा मिस्टर कुळकर्णी. तुला काय वाटतं ते मला ऐकू दे.” करण हसत म्हणाला. निरीक्षणात मी त्याच्यासारखा चांगला नाही, हे त्याला ठाऊक होतं, पण तरीही मी परिस्थितीचं विश्लेषण करावं अशी त्याची इच्छा होती.

“मला एक कल्पना आहे, पण मी तुला आत्ता सांगणार नाही. माझा मूड झाला कि सांगेन!” मी खोट्या रागाने आणि अहंकाराने म्हणालो.

बाईक स्टार्ट करताच करण हसला आणि आम्ही परत घरी निघालो.

प्रकरण ३

आदल्या रात्रीच्या धावपळीमुळे सकाळी आम्ही खूप उशिरा उठलो. दिवसभराच्या कारनाम्यांमुळे आणि रात्री घडलेल्या घटनांमुळे कंटाळलेल्या आमच्या हातून नाश्ता बनण्याचा प्रश्नच नव्हता. आम्ही जवळच असलेल्या वडापावच्या स्टॉल, एकनाथ वडापाव सेंटरला - जे एका छोट्याशा हिरव्यागार टेकडीच्या शेजारी सोयीस्कररित्या वसलेलं होतं - जायचं ठरवलं.

आम्ही जवळ आलो तेव्हा त्या स्टॉलचा मालक एकनाथ, वडापाव कुशलतेने तयार करत होता. त्याचे हात अचूकतेने हलत होते, उकडलेल्या बटाट्याचे पॅटीज तयार केले होते जे त्याने अलगद पिठात बुडवले आणि नंतर ते गरम तेलात सोडले. वडा तळल्याचा तो चर्चर असा आवाज, बुडबुडत्या तेलाचे दृश्य - हा एक पाककलेचा सुंदर नमुना होता जो मला कधीही भुरळ घालू शकतो. माझ्या आवडत्या स्नॅक्सच्या यादीत समोस्या नंतर याचाच क्रमांक लागतो.

कढईतून सोनेरी-तपकिरी वडा काढल्यानंतर एकनाथनी हिरव्या मिरच्या खोल तळण्यासाठी टाकल्या. या ताज्या तळलेल्या मिर्चीचा सुगंध वड्या पेक्षा कमी नव्हता. मीठ शिंपडून त्याने वडापाव सर्व्ह केला आणि आम्ही प्रत्येकी चार खाल्ल्या शिवाय राहू शकलो नाही. स्वादिष्ट जड नाश्त्याने आम्हाला आनंद दिल्यानंतर एक दिलासा दायक चहाचा कप देखील आमच्या अपार्टमेंटकडे परतीच्या प्रवासा बरोबर होता.

दिवसाची सुरुवात उशीरा झाली असली तरी वडापावचा रेंगाळलेला सुगंध आणि चहाची उब यामुळे सकाळच्या भोंगळ गतीला अंगिकारून तो समाधानकारक आणि निवांत होईल, असे आश्वासन मिळालं.

“काय आहे आजचा प्लॅन?” चालता चालता मी करणला विचारलं.

“रमेश आणि नन्सशी पुन्हा एकदा बोलण्याची गरज आहे. काल आपण सर्व गोष्टींवर चर्चा करू शकलो नाही,” करण म्हणाला.

“ठीक आहे. मला आज रात्री कामावर जायचे आहे. त्यामुळे मी दिवसा तुझ्यासोबत येऊ शकतो.”

“अर्थात तुला माझ्याबरोबर यावंच लागेल. खुनी कोण आहे हे तूच मला सांगणार आहे! नाही का?” करण हसला.

“हो. तेही आहेच. त्याला भेटून फादरची हत्या कोणी केली हे जाणून घेऊया.” मला आता माझ्या विचारांबद्दल अधिक आत्मविश्वास वाटू लागला होता, पण मला खात्री होईपर्यंत मला काहीही बोलायचे नव्हते. मला मूर्ख वाटायचे नव्हते, जे मी करणशी चर्चा केलेल्या प्रकरणांबद्दल माझे स्पष्टीकरण देताना नेहमीच वाटायचे.

आम्ही फ्रेश झालो आणि तयार झालो. दरम्यान, करणने इंस्पेक्टर साळवी यांना फोन करून त्याचा प्लॅन तपासला. बाईकच्या दिशेने जाताना मी करणला विचारलं,

“इंस्पेक्टर साळवी आपल्या सोबत येणार आहेत का? किंबहुना आपण त्यांच्याबरोबर जाणार आहोत का?”

“नाही, ते एका अपघाताच्या केसमध्ये बिझी आहे. त्यामुळे ते येऊ शकत नाही, असे सांगीतले. त्यांनी आपल्याला जाण्यास सांगीतले आहे. पण मी त्यांना फादरचे कॉल रेकॉर्ड काढायला सांगीतले आहे,” अशी माहिती त्याने दिली.

साळवीकडून रमेशचा पत्ता मिळाल्याने मी आणि करण खडकी कॅन्टोन्मेंटच्या दिशेने निघालो, हवेतील गारवा आमच्या मिशनच्या उदास स्वराशी जुळत होता. दिवस तुलनेने थंड होता, पावसाविना सकाळ झाल्यानंतर नंतर सूर्य ढगांमधून डोकावत होता. थंड गार वारा असूनही

आमच्या हेल्मेटने रस्त्यांवरून जाताना वाऱ्याच्या तडाख्यापासून आमचे रक्षण केले.

चर्च जवळ आलो तेव्हा दिवसाच्या उजेडात ते दृश्य नाटकीयरित्या वेगळं होतं. काल रात्रीचे दृश्य सुंदर असले तर ढगांच्या पार्श्वभूमीवर चर्च आणखिनच अप्रतिम होते. फादरच्या हत्येच्या पार्श्वभूमीवर नन्सना भेटण्यासाठी आणि प्रार्थना करण्यासाठी लोक जमले होते, आजूबाजूचा परिसर गजबजला होता. रमेश राहत असलेल्या गल्लीतून आम्ही निघालो आणि चर्चचे जिवंत दृश्य पार केले. जवळच असलेल्या छोट्या झोपड्यांपैकी एक असलेल्या त्याच्या घरातून चर्चच्या भव्यतेच्या अगदी उलट प्रतिबिंब उमटले. लष्करी छावणी पासून जवळ असूनही हा परिसर स्वतंत्र होता.

दुचाकी पार्क करून आम्ही रमेशच्या झोपडीच्या बंद दरवाज्याजवळ गेलो. त्याला आम्ही येणार आहोत हे आपण सांगीतलं नसल्याचं आमच्या लक्षात आले. आजूबाजूचा सर्व्हे केला असता झोपडीसमोर सोयीस्कररित्या चहाची टपरी उभी असल्याचे आम्हाला दिसले. क्षणभर विश्रांती घेत आम्ही एका बेंचवर बसलो आणि दोन कटिंग चहा मागवले. स्टॉल मालकही विश्रांती घेऊन शांत चहापानासाठी आमच्यात सामील झाला. कपांच्या उबेने आम्हाला आमच्या हेतूच्या गांभीर्यापासून क्षणिक विचलित केलं.

"आज चांगलं हवामान आहे ना?" करणने गप्पा सुरू केल्या

"हो, काल खूप पाऊस पडला. आज चांगलं वाटतंय." त्या माणसाने उत्तर दिलं.

"तू रमेशला ओळखतोस का?" करणने त्याला विचारले

"रमेश चावरे? हां. चार-पाच वरीस तो इथेच राह्यतो," दुसऱ्या ग्राहकासाठी चहाचा कप ओतताना तो म्हणाला.

"तो चर्चमध्ये सफाई कामगार म्हणून काम करतो ना?"

"हां. येका कंपनीत कामाला व्हता, पन गेल्या वर्षी काढून टाकला त्येला. दारू पेऊन जायचा तिथं. दहादा सांगून बी ऐकला न्हाई. मंग काढून टाकला."

"अच्छा. त्याच्या कडून मला काही तरी काम करून घ्यायचं आहे. तो विश्वासू आहे का?" करणने त्याला विचारले.

"साह्येब. मला काही वाईट बोलायचे न्हाय. तुमीच भेटा नी ठरवा काय ते."

"तरीही? जर तुम्ही मला त्याच्याबद्दल काही सांगू शकलात तर मला बरं वाटेल. अविश्वासू व्यक्तीसोबत काम करून मला अडचणीत पडायचे नाही."

"बगा, तसा त्यो वाईट मानुस न्हाय. पन दारू पेऊन वाया गेला. तो लय दारू पितो. जवा पासून इथे आलाय तवापासुन बघतोय. आजूबाजूच्या सगळ्यांशी भांडण आहे त्याचं. तो सट्टेबाजी करतो अन आकडा बी लावतो. मागे क्रिकेटवर लावले पैसे. हरला. त्येच्यावर सट्टा लावायले लई लोकांकडून पैसे घेतले. तेच्या घरी पैसे मागायले आलेले लोक म्या पायले. रोज कुनीतरी येतं भांडान काढतो. आधी मले वाटलं तुमीबी त्यातलेच."

"नाही. माझं दुसरं काही काम होतं. पण तो घरी दिसत नाही,' असे करण म्हणाला.

"आत्ता अर्धा घंटा झाला ग्येला तो. इथेच च्या घेतला."

"तो तुला ठीक वाटत होता का?"

"असंच काय नाय. थोडा उचकत व्हता पन नेहमीचं. का वो?"

"तू चर्चमध्ये झालेल्या खुनाबद्दल ऐकलं नाहीस का?"

"हां ऐकलं आजच सकाळचं. रमेश काय नाय बोल्ला. घाईत व्हता. वाईट झालं. फादर चांगला मानूस व्हता. सगळ्यांची मदत करायचा. रमेशची नोकरी गेल्यावर त्यानेच तेला चर्चमदी ठेऊन घ्येतला कामावर."

“हो ना. अशा माणसाला शत्रू का असतील?” करण म्हणाला - जणू स्वत:शीच बोलत आहे.

“आजकालच्या जगात साहेब कुनी काळा नी पांढरा नसत्यो. सगळे राखाडीच असत्यात. तो पन असंन,” असं तो म्हणाला. मी अचंबित झालो. साध्या चहाच्या टपरीमालकाने खूप चपखल गोष्ट सांगितली होती. आणि तो बरोबर होता. करण त्याच्याकडे विचित्र नजरेने पाहत होता जणू त्याच्या शब्दांचे कौतुक करत होता.

चहा आटोपून आम्ही आमच्या बाईकवर परत गेलो. मी म्हणालो, “रमेशला फोन करू का?”

“नाही, राहू दे. आपण परत येऊ. इतरही लोक आहेत ज्यांना आपल्याला भेटायचे आहे.” करण म्हणाला आणि आम्ही चर्चच्या दिशेने जाऊ लागलो.

†

चर्चमध्ये गर्दी होती. सर्व जण हैराण झाले होते. ते छोट्या छोट्या गटात जमले होते आणि खुनाबद्दल बोलत होते. आम्ही डायसच्या दिशेने आत गेलो तेव्हा मला लक्षात आलं की फादर लोकांना खूप आवडत होते. आम्ही लोकांची चर्चा ऐकली. प्रत्येकाला त्यांच्याबद्दल फक्त चांगल्या गोष्टी सांगायच्या होत्या. पण त्या चहा विक्रेत्याचे शब्द माझ्या मनात खेळत होते. कोणीही काळा किंवा पांढरा नसतो. सगळेच राखाडी असतात.

सिस्टर निवेदिता लोकांशी बोलण्यात मग्न होती. सर्व जण तिच्याजवळ जाऊन सांत्वन करत होते. तिने आम्हाला पाहीलं आणि इशारा केला. आम्ही जाऊन तिला सांगीतले की आम्हाला काही प्रश्न आहेत. जमलेल्या लोकांशी बोलणं संपेपर्यंत तिने आम्हाला चर्चच्या मागच्या रहिवासी भागाजवळ

असलेल्या ऑफिसमध्ये बसण्याची विनंती केली.

फादर डोंगरे यांच्या कार्यालयात प्रवेश केल्यावर खोलीत लाकडी टेबल आणि खुर्ची असलेली साधी मांडणी दिसली. पाहुण्यांसाठी अतिरिक्त बसण्याची व्यवस्था दोन खुर्च्यांनी करण्यात आली होती आणि दोन कपाटांमध्ये विविध फाइली आणि कागदपत्रे ठेवण्यात आली होती. एक संगणक टेबलवर बसून शांतपणे आपल्या वापरकर्त्याची वाट पाहत होता. करणने न डगमगता खोलीची तपासणी करण्यात, टेबलवरील कागदपत्रे तपासण्यात पुढाकार घेतला, तर मी पॅसेजवर लक्ष ठेवून आमची प्रायव्हसी सुनिश्चित केली.

कागदपत्रांचा तपास केल्यानंतर करणने संगणक सुरू केला. त्याला पासवर्ड नव्हता! मात्र, त्याचा सखोल शोध घेऊनही त्याला काहीच महत्त्वाचं न मिळाल्याने त्याच्या हावभावात नैराश्य आले आणि त्याने संगणक बंद केला. त्याला ऑफिसच्या मागच्या खोलीकडे जाणारा आणखी एक दरवाजा सापडला - फादर डोंगरे यांची पर्सनल स्पेस. त्याच्या सोबत तपासणीत सहभागी होण्याचा मोह झाला असला तरी संभाव्य त्रास टाळण्यासाठी मी दारातच राहणे पसंत केले.

करण फादरच्या खोलीत असताना हातात झाडू घेतलेला एक माणूस जवळ आला. पटकन आम्ही निरूपद्रवी पाहुणे बनून आपापल्या जागा घेतल्या. तो माणूस, बहुधा दुसरा सफाई कामगार, आम्हाला पाहून संकोचला पण फादर डोंगरे यांच्या खोलीतील फरशी साफ करायला पुढे गेला. कुणीतरी आपली कृती शोधून काढल्यास त्रास होऊ शकतो, हे जाणून आपल्या तपासात सावधगिरी बाळगण्याची गरज स्पष्ट झाली.

ऑफिसच्या खोलीत तो कामगार परत आल्यावर करणने त्याला विचारले,

“तुझं नाव काय?”

“नरेश चावरे, सर,” तो झाडू मारत म्हणाला.

“चावरे? रमेश चावरे यांच्याशी तुझा संबंध आहे का?” मी चकित झालो.

“हो, तो माझा भाऊ आहे.”

“अरे अच्छा. मला वाटलं रमेश एकटाच राहतो,” करणने विचारलं.

“हो, तो एकटाच राहतो. मी, माझी पत्नी आणि तीन वर्षांच्या मुलासोबत राहतो.

“ठीक आहे. तुम्ही दोघं चर्चमध्ये काम करता हे चांगलं. गरज पडल्यास तुम्ही एकमेकांना मदत करू शकता.”

“काय मदत? त्याने आपलं काम नीट केलं तरी तेवढंच पुरेसं आहे. मी त्याला हे काम द्यायला नको होतं.” नरेश खूप निराश झाला.

“तू त्याला हे काम मिळवून दिलस का?”

“हो सर. तो पूर्वी एका खासगी कंपनीत कामाला होता. त्याला ती नोकरी गमवावी लागली. तो कधीच वेळेवर जात नव्हता, आणि अनेकदा कामाच्या ठिकाणी नशेत असायचा. त्यांनी त्याला कामावरून काढून टाकले. मी इथे काम करत असल्याने फादर डोंगरे यांच्याशी त्याच्याविषयी बोललो. फादर चांगले माणूस होते. त्यांनी रमेशशी बोलून त्याच्याकडून वचन घेतलं की तो योग्य प्रकारे काम करेल आणि चर्चमध्ये कोणतीही समस्या उद्भवणार नाही. त्यांनी त्याला हे काम दिले. पण इथेही तो तसाच वागतो. बघा, तो तासभरापूर्वी कामावर येणार होता. तो अजूनही इथे नाहीये. मला वाईट वाटते की मी त्याला हे काम मिळवून दिले. माझ्यामुळेच फादरने त्याला हे काम दिलं,” नरेश म्हणाला. लोक करणला सगळं कसं सांगतात याचं मला नेहमीच आश्चर्य वाटतं. त्याच्याकडे लोकांकडून माहिती गोळा करण्याची कला आहे. त्यांना त्याच्याबद्दल सहज विश्वास वाटतो. कदाचित तो विश्वासार्ह दिसतो.

“मग रमेश इथेही समस्या निर्माण करतो का?”

“हो सर. अनेकदा. तो वेळेवर येत नाही, नीट काम करत नाही. फादरने त्याला काही वेळा इशारा दिला होता. त्याने काही वेळा त्यांच्याकडे पैसेही मागीतले. तो जुगार खेळत राहतो आणि लोकांकडून भरपूर पैसे घेतो. त्या दिवशी मी त्याच्यावर ओरडलो, पण तो माझं ऐकत नाही,” नरेश संतापला. साहजिकच त्याला मृत फादर बद्‌दल खूप आदर होता आणि रमेशचे वागणे त्याला आवडत नव्हते.

“मी समजू शकतो. तू त्याला हे काम मिळवून दिलस आणि त्याला त्याचं काहीच वाटत नाही.”

“मी अजून काय करू शकतो? त्याच्यात खूप दुर्गुण आहेत, पण शेवटी तो माझा भाऊ आहे. माझी बायकोही मला त्याच्यापासून दूर राहण्यास सांगत असते. त्याने आमच्यासाठी फक्त समस्या आणल्या आहेत. ज्यांच्याकडून त्याने पैसे घेतले आहेत, ते परतफेडीसाठी आम्हाला त्रास देतात. मी त्यांना त्याच्याकडून ते घेण्यास सांगतो, पण तरीही ते आम्हाला त्रास देत राहतात.” हे सगळं कधी संपेल, अशी खंत नरेशने व्यक्त केली.

“तू म्हणालास रमेशचा फादर डोंगरे यांच्याशी वाद झाला होता. कधी झाला होता?” करण पुढे म्हणाला.

“फादरने त्याला त्याच्या कामाबद्‌दल काही वेळा इशारा दिला होता. तो चांगलं काम करत नव्हता. दोन दिवसांपूर्वी तो कामावर उशिरा आला आणि त्याने पैसे मागीतले. कुणाला तरी परतफेड करायची आहे असे सांगीतले. मी जवळच उभा होतो. फादर खूप अस्वस्थ झाले होते. त्यांनी अर्थातच पैसे दिले नाहीत, पण दुसरी नोकरी शोधायला सुरुवात करावी आणि महिनाभरात ही जागा सोडावी, असेही सांगीतले. फादर निघून गेल्यावर मी त्याच्या वागण्याबद्‌दल ओरडलो. तो रागाच्या भरात निघून गेला.”

“ठीक आहे. आमच्याशी इतक्या मोकळेपणाने बोलल्याबद्दल धन्यवाद नरेश. मला आशा आहे की लवकरच तुमच्यासाठी परिस्थिती सुधारेल,” करण म्हणाला.

नरेश हसून आपलं काम करत राहिला. तो खोलीतून बाहेर पडणार इतक्यात त्याने मागे वळून करणला विचारले,

“तुम्ही कोण आहात साहेब? तुम्ही रमेशला कसं ओळखता?”

“आम्ही पोलिसांसोबत काम करत आहोत. काल रात्री आम्ही इथे होतो, तेव्हाच आम्ही रमेशला भेटलो,” असे करणने स्पष्ट केले.

“रमेश यात गुंतला आहे असं तुम्हाला वाटतं का?” त्याला काळजी वाटू लागली. भावाबद्दल राग असूनही त्याला त्याची काळजी वाटत होती.

“मी तितकासा रमेशला ओळखत नाही. पोलिसांनी नुकताच तपास सुरू केला आहे. शवविच्छेदनही अद्याप झालेले नाही. त्यामुळे मी खरंच सांगू शकत नाही,” करण म्हणाला.

“मला आशा आहे की तो यात सामील नसेल, परंतु जर तो असेल तर त्याला सोडू नका. फादरच्या मारेकऱ्याला फासावर लटकवले पाहिजे!” नरेशच्या डोळ्यात अचानक संताप दिसला.

“काळजी करू नकोस नरेश, ज्याने ही हत्या केली आहे, आम्ही त्या व्यक्तीला शोधून लवकरच तुरूंगात टाकू. आमच्या तपासात आम्हाला मदत होईल असं तुला काही सुचलं तर या नंबरवर फोन कर,” असं करणने आपलं व्हिझिटिंग कार्ड नरेशकडे सोपवताना सांगीतलं. अखेर करणने त्याचे व्हिझिटिंग कार्ड छापले होते. 'सत्यशोधक गुप्तहेर संस्था - आम्ही सत्य शोधून काढू', असे त्यावर लिहिले होते आणि त्याखाली त्याचे नाव आणि फोन नंबर होता.

†

नरेश गेल्यानंतर नन निवेदिता ऑफिसला येईपर्यंत आम्हाला फार वेळ थांबावे लागले नाही. ती थकलेली दिसत होती. आदल्या रात्रीपासून तिला थोडीही झोप लागली नाही असं वाटत होतं. चर्चमध्ये इतके लोक येत असल्याने तिला सकाळ भर विश्रांती घ्यायलाही वेळ मिळाला नसावा. ती आत येऊन खुर्चीवर बसली. बोलायला सुरुवात करण्यापूर्वी तिने स्वत:ला एक ग्लास पाणी ओतले आणि प्यायले.

"सॉरी करण आणि समर. बराच वेळ वाट पाहावी लागली. इतके लोक येत असल्याने मी निघून येऊ शकले नाही," अशी खंत तिने व्यक्त केली.

"काही प्रॉब्लेम नाही. आम्ही समजू शकतो," करण म्हणाला.

"मग मला सांग. मी कशी मदत करू शकते?"

"काल रात्री आम्ही सगळे प्रश्न विचारू शकलो नाही. म्हणून आज पुन्हा आलो."

"हो विचार ना. मारेकरी लवकर सापडावा अशी माझीही इच्छा आहे. एवढ्या चांगल्या माणसाची हत्या कोण करू शकतो?"

"फादर डोंगरे यांच्याबद्दल थोडं अधिक सांगाल का? आणि त्यांच्या मित्र-मैत्रिणींबद्दल?"

"फादर डोंगरे हे गेल्या ९ वर्षांपासून या चर्चमध्ये पादरी होते. मी ही त्यांच्यासारखीच इथे आले. पूर्वीचे पादरी दुसऱ्या शहरात गेले आणि त्यांनी फादर डोंगरे यांची शिफारस केली. या चर्चसाठी त्यांनी माझी ही शिफारस केली. इतर नन्स काही वर्षांनी आल्या. फादर डोंगरे हे औरंगाबादहून आले होते. त्यांची एक बहीण, अबीगेल, आहे. तिचे लग्न झाल्यापासून अहमदनगर येथे राहते. इतर जवळचे नातेवाईक नाहीत. आणि मित्रांबद्दल बोलायचे झाले

तर, त्यांनी नेहमीच आपला सर्व वेळ चर्चमध्ये घालवला. त्यामुळे आजूबाजूचे जवळजवळ सगळेच त्यांना ओळखत असले तरी तसे मित्र नव्हते," असे नन निवेदिता यांनी स्पष्ट केले.

"अबीगेल सोबत त्यांचे संबंध कसे होते?"

"ते जास्त बोलायचे नाही. पण कालांतराने मला जाणवलं की तिला फादरची अजिबात काळजी नाही. औरंगाबाद येथे काही जमीन त्यांना वारशाने मिळाली होती. त्यासाठी त्यांच्या बहिणीने त्यांना धारेवर धरले होते. याआधीही ती काही वेळा येथे आली होती आणि त्यावरून त्यांच्यात वाद झाला होता. फादर तिला ती जमीन देऊ इच्छित नव्हते कारण तिचा नवरा फार चांगला माणूस नाही. फादरने त्याला यापूर्वी काही वेळा मदत केली होती, आणि व्यवसाय सुरू करण्यासाठी पैसे दिले होते. पण तो माणूस नेहमी प्रत्येक गोष्टीत गडबड करत असतो. त्यांनी दिलेले सगळे पैसे व्यवसाय उभारण्यासाठी खर्च करण्याऐवजी वाया गेले. काल, रविवारच्या सर्व्हिस नंतर, अबीगेल आणि तिचा नवरा दोघंही त्यांना भेटायला आले होते. ते कशाबद्दल बोलले माहीत नाही. पण फादर थोडे अस्वस्थ दिसत होते. मला वाटतं की कदाचित त्यांनी पुन्हा जमिनीसाठी त्रास दिला. पण मी त्यांना 'आम्ही पुन्हा परत येऊ, तो पर्यंत तुम्ही निर्णय घ्या', असं म्हणताना ऐकलं होतं," नन निवेदिता विचारपूर्वक म्हणाली.

करणने क्षणभर विचार केला. तो काही मेंटल नोट्स घेताना दिसत होता. थोड्या वेळाने त्याने पुन्हा विचारले, "त्यांचा इतर कोणाशी वाद झाला होता का?"

"ते खूप चांगले होते. कोणाशीही भांडण झाले नाही कधी. ते एक आदर्श ख्रिस्ती होते. इतरांच्या मदतीला सदैव तत्पर असायचे." सिस्टर निवेदिता थोडी रडत होती.

“रमेशचं काय? त्यांचा त्याच्याशी काही वाद झाला का?”

“अरे तो. नरेशने शिफारस केल्यामुळे फादरने त्याला येथे नोकरी दिली होती. पण तो आपलं काम नीट करत नाही. त्यामुळे त्यांनी त्याला काही वेळा सावध केले. मी याला तसा वाद म्हणणार नाही.”

“नरेशचं काय?”

“नाही, मला नाही वाटत त्याच्याशी कधी वाद झाला असं.”

“ठीक आहे. आता काल रात्री बद्दल बोलू. काल रात्री जेवून परत आल्यावर आजूबाजूला काही किंवा कोणी संशयास्पद दिसलं का?”

तिने थोडा वेळ विचार केला आणि म्हणाली, “नाही. आजूबाजूला आम्हाला कोणीच दिसले नाही. साधारणपणे त्या वेळी चर्चजवळील गल्ल्या रिकाम्या असतात.

“ठीक आहे, प्लीज माझं कार्ड ठेवा. तुम्हाला काही आठवलं तर मला फोन करा,” असं म्हणत करणने आपलं कार्ड हातात दिलं.

†

दुपारच्या जेवणाची वेळ झाली होती, पण सकाळच्या वडापावच्या भरमसाठ नाष्ट्यामुळे आम्हाला समाधान वाटले होते. सिस्टर निवेदिता यांच्याकडून मिळालेल्या अबीगेलच्या कॉन्टॅक्ट डिटेल्सवरुन करणने तिचा नंबर डायल करून तिचे लोकेशन निश्चित केले. अबीगेलने विमान नगरचा पत्ता दिला, त्यामुळे आम्ही चर्चमधून बाहेर पडलो आणि डावीकडे रस्त्यावर वळलो.

या रस्त्याला असंख्य छोट्या छोट्या गल्ल्या जोडलेल्या होत्या, त्यामुळे भुलभुलैया सारखे जाळे निर्माण झाले होते. वाटेत रस्त्याच्या कडेला दगडी बेंच लावण्यात आले होते, ज्यामुळे पादचाऱ्यांना बसून निसर्गरम्य हिरवळीचा

आनंद लुटता येत होता. या आल्हाददायक हवामानात, त्या बेंचवर विश्रांती घेण्यासाठी आणि सभोवतालच्या वातावरणात भिजण्यासाठी एक शांत जागा प्रदान केली होती.

थोडं पुढे गेल्यावर रस्ता उजवीकडे वळला आणि आम्हाला एका चहाच्या टपरीकडे घेऊन गेला. चहाचा सुगंध हवेत पसरला होता ज्याने आम्हाला थोडा वेळ थांबायला भाग पाडलं. आम्ही आमचा प्रवास थांबवला, दोन कप मागवले आणि ताजेतवाने होण्यासाठी चहा हातात घेतला. चहाने आपली जादू चालवली, क्षणाक्षणाला माझी तंद्री दूर केली, दिवसभराच्या उर्वरित कामाला सामोरे जाण्यासाठी स्वागतार्ह बळ दिले.

विमान नगर पर्यंतचा प्रवास थोडा वेळखाऊ होता, तुलनेने सुरळीत दिवसातही पुण्याची नेहमीची रहदारी आपली उपस्थिति दाखवत होती. दिलेल्या पत्त्यावर पोचल्यावर आम्ही गेट मध्ये शिरलो आणि बेल वाजवली. एका मध्यमवयीन महिलेने दरवाजा उघडला आणि नम्रपणे आम्हाला दिवाणखान्यात नेले आणि थांबण्यास सांगीतले.

दिवाणखाना बघून बंगल्याच्या मालकाच्या ऐश्वर्याची प्रचिती येत होती. ती एक सुंदर आणि आलीशान जागा होती, जी स्पष्टपणे बऱ्यापैकी श्रीमंत व्यक्तीच्या मालकीची होती. इंटीरिअर डिझाइन आणि फर्निशिंग अतिशय काटेकोरपणे तयार केले गेले होते, जे प्रसिद्ध इंटीरिअर डिझायनर्सच्या कामाची आठवण करून देत होते, कदाचित प्रसिद्ध नाझ स्टुडिओ कडून करून घेतलं असावं. प्रत्येक तपशील लालित्य दाखवत होता. वाट बघत असताना आजूबाजूच्या भव्यतेचे कौतुक केल्याशिवाय राहता येत नव्हतं, एवढ्या भव्य डिझाईन केलेल्या घरामागच्या व्यक्तीबद्दल मी विचार करत होतो.

एक वेगळी मध्यमवयीन बाई आणि एक मध्यमवयीन पुरुष आत आले.

आम्ही उभे राहून आमची ओळख करून दिली. ती महिला होती फादर डोंगरे यांची बहीण अबीगेल महाजन आणि तो होता तिचा नवरा फ्रेडी महाजन. परिचय झाल्यावर आणि सगळे बसल्यानंतर करण सरळ मुद्द्यावर पोहोचला.

“मिसेस महाजन, फादरच्या जाण्याबद्दल मला खूप दु:ख आहे. मला माहित आहे की तुम्ही दु:खी असाल,” करण म्हणाला.

“अरे. हो। हे सगळं खूप दु:खद आहे. मला अजूनही विश्वास बसत नाही की असं घडलं,” अबीगेल म्हणाली.

“तुमचे आणि त्यांचे संबंध खूप जवळचे होते का?”

“हो. आमची खूप जवळीक होती. लहानपणी आम्ही कधीच वेगळे नसायचो. माझं लग्न झालं आणि तो पादरी झाला, त्या नंतर आमची तितकीशी भेट झाली नाही पण आम्ही कायम संपर्कात होतो. माझं माझ्या भावावर प्रेम होतं. आम्हाला भेटून बराच वेळ झाला होता, त्यामुळे आम्ही त्याला भेटायला आलो होतो. पण स्वप्नातही असं काही घडेल असं वाटलं नव्हतं,” अबीगेल रडत म्हणाली.

फ्रेडीने तिच्या भोवती हात ठेवून तिचे सांत्वन करण्याचा प्रयत्न केला. मला तिरस्कार वाटत होता. नन निवेदिताने जे सांगीतले होते, त्यानंतर हे सर्व तमाशा सारखे वाटत होते. पण नन निवेदिता यांचे शब्द अबीगेलच्या विरोधात होते. कोण खरं बोलत होतं?

“तुम्ही त्यांना काल भेटला का?” करणने विचारले.

फ्रेडीनेच आता बोलायला सुरुवात केली होती कारण अबीगेल अजूनही रडत होती. “हो, रविवारच्या सर्व्हिस नंतर आम्ही त्यांना भेटलो. सर्व्हिस साठी आम्ही वेळेत पोहोचू शकलो नाही. त्यामुळे ती संपल्यानंतर आम्ही तिथे गेलो. अबीगेलकडून मी ऐकले होते की ते खूप चांगले उपदेश द्यायचे, परंतु

मला ते ऐकण्याची संधी मिळाली नाही. आणि आता मी कधीच ऐकू शकणार नाही."

"तुम्ही त्यांच्याशी काय बोललात?"

"अरे काही खास नाही. फक्त नेहमीच्या गोष्टी. आम्ही त्यांच्या तब्येतीची विचारपूस केली आणि त्यांना आमच्या घरी बोलावले. आमचं लग्न झाल्यापासून ते आम्हाला कधीच भेटायला आले नव्हते..." फ्रेडी म्हणाला.

"हो, मी याआधीही अनेकदा त्याला नगरला यायला सांगीतलं होतं. पण त्याला वेळच मिळाला नाही. या वेळी मला त्याला माझ्याबरोबर काही दिवस घेऊन जायचे होते, जेणेकरून तो त्याच्या व्यस्त चर्च जीवनातून विश्रांती घेऊ शकेल," अबीगेल म्हणाला.

"ते तयार झाले होते का?" करणने विचारले.

"नाही. त्यावर विचार करेन, असे त्यांनी सांगीतले," असे अबीगेल उदास चेहऱ्याने म्हणाली.

"तुम्हीच त्यांच्या एकमेव जिवंत नातेवाईक आहात का?" करण पुढे म्हणाला.

"हो. म्हणजे इतर नातेवाईक आहेत, पण मी सर्वात जवळची नातेवाईक आहे. काही वर्षांपूर्वी आमच्या आई-वडीलांचे निधन झाले," अबीगेल यांनी स्पष्ट केले.

"त्यामुळे त्यांचे सर्व पैसे आणि मालमत्तेचा वारसा तुम्हालाच मिळेल," असे करणने सांगीतले.

"त्याच्या मालमत्तेचे आणि पैशाचे काय करणार? माझा भाऊ गेला. आता पैशांचा काय उपयोग?" अबीगेल पुन्हा रडत होती.

"तुमचं म्हणणं बरोबर आहे. पण तुम्ही त्यांच्या सर्वात जवळच्या नातेवाईक आहात म्हणून त्यांच्याकडे जी काही संपत्ती आहे ती तुम्हाला

वारशाने मिळावी अशीच त्यांची इच्छा असावी. मला खात्री आहे की त्यांनी आपल्या मृत्युपत्रात हेच लिहिलं असावं," करण त्यांच्याकडे बारकाईने पाहत म्हणाला.

अबीगेलने रडणे थांबवले आणि फ्रेडीच्या चेहऱ्यावर ताण आला. पण कदाचित मी फक्त कल्पना करत होतो. सिस्टर निवेदिता यांच्याशी बोलल्यापासून मी ह्या दोघांबद्दल थोडा पूर्वग्रहदूषित झालो होतो. कदाचित त्यांच्या प्रतिक्रिया आणि भावना वास्तविक होत्या आणि मला फक्त त्या खोट्या असाव्या अशी इच्छा होती.

"तुम्हाला कुणावर संशय आहे का? त्यांना कोणी मारलं असेल?"

"मला माहित नाही. म्हणजे त्याला कोणी का मारणार? त्याचा कोणता शत्रू होता हे मला माहीत नाही. तसं मी त्याला बऱ्याच दिवसांपासून भेटली नव्हते, त्यामुळे त्यानंतर काही झालं का, मला माहित नाही."

"ठीक आहे. तुम्ही इथे किती दिवस थांबणार आहात?" करणने विचारले.

"अरे. आम्ही आज परत जाणार होतो, पण आता अंत्य विधीपर्यंत थांबू," फ्रेडी अजूनही थोडा टेन्शनमध्ये दिसत होता.

"ठीक आहे, आम्ही निघतो. माझं कार्ड घ्या आणि हे प्रकरण सोडवण्यात मदत होईल असं तुम्हाला काही सुचलं तर कृपया मला फोन करा," करणने आपलं व्हिझिटिंग कार्ड देताना सांगीतलं.

आम्ही घराबाहेर पडत असतानाच त्याने मागे वळून विचारले, "मिस्टर महाजन, काल रात्री दहाच्या सुमारास तुम्ही दोघं कुठे होता?"

"आम्ही जेवल्यानंतर पायी फिरायला गेलो होतो."

"फक्त तुम्ही दोघंच?"

"हो."

†

“फादरची हत्या करण्याची संधी सगळ्यांना मिळाली होती असं वाटतंय.” मी म्हणालो आणि आम्ही परत आमच्या घरी जायला लागलो. संध्याकाळची वेळ होती आणि रात्री कामावर जाण्यापूर्वी मला झोप घ्यायची होती.

“हो, असं वाटतंय.” करणने माझ्याशी सहमती दर्शवली.

“आपण आणखी लोकांशी बोलण्याची गरज आहे असे तुला वाटतं का? म्हणजे रमेश जवळ हेतू होता, अबीगेल आणि फ्रेडी कडे पण हेतू होता आणि सिस्टर निवेदिता किंवा नरेश किंवा इतर कुणाचाही हेतू होता असे मला वाटत नाही. कदाचित आपण फक्त या लोकांवर लक्ष केंद्रीत केले पाहिजे का?” पुण्याच्या नेहमीच्या रहदारी सोबत वाटाघाटी करत आम्ही घरी पोचलो तेव्हा मी म्हणालो.

आम्ही फ्रेश झालो आणि नेहमीप्रमाणे करणने आमच्यासाठी मस्त चहा बनवला. आम्ही थोडे भुकेले झालो होतो, पण आता काही स्नॅक्स खाण्याऐवजी रात्रीचे जेवण मिळण्याची वाट पहायचे ठरवले. चहा पिऊन ट्रॅफिक आणि रस्त्यावरून चालणारी माणसं बघत असताना करणने विचारलं, “या प्रकरणाबद्दल तुला काय वाटतं?”

“खरं सांगायचं तर आज सकाळपर्यंत मला वाटत होतं की रमेशने हत्या केली आहे. नरेश आणि सिस्टर निवेदिता यांच्याशी बोललो तेव्हा मला याची खात्री पटली होती. पण अबीगेल आणि फ्रेडीशी बोलल्यानंतर मला तितकी खात्री नाही. म्हणजे फादर डोंगरे यांची हत्या त्यांनी देखील सहज केली असू शकते.”

“कसं? समजावून सांग मला.”

“मला वाटतं तू तुझी निरीक्षण आणि डिडक्टिव्ह क्षमता हरवली आहेस.”

मी खोट्या श्रेष्ठतेच्या हवेत म्हणालो. करण नुसता हसला आणि मी पुढे म्हणालो, "रमेश कर्जबाजारी होता आणि त्याला पैसे हवे होते. काल रात्री तो पुन्हा पैसे मागण्यासाठी फादरकडे गेला, पण त्यांनी त्याला रागवले आणि त्याऐवजी दुसरी नोकरी शोधण्यास सांगीतले. यामुळे तो संतापला आणि त्याने त्यांची मान कापली. बाहेर पळत असताना त्याला नन्स दिसल्या. मृतदेह पाहीला आहे आणि मदतीसाठी हाक मारण्यासाठी धावत आहे, असे सांगण्याशिवाय त्याला पर्याय नव्हता. त्या वेळी नन्सनी त्याला पाहीले नसते तर तो पळून गेला असता. नन्सनी असेही सांगीतले की तो घाबरलेला दिसत होता - कारण तो पकडला गेला. पण तो हुशार होता म्हणून तो नन्सना पटवून देण्यात यशस्वी झाला की तो पळून जात नाहीये." मी थांबलो.

करणने मान्य केले, "ठीक आहे."

"खरंच? व्वा. मला वाटलं तू म्हणशील की मी मूर्ख आहे!" मी आश्चर्याने म्हणालो. करण मनापासून हसला.

"रमेश हा मारेकरी असल्याचा दुसरा कोणता पुरावा तुझ्या कडे आहे?" असा सवाल त्यांनी केला.

"ठीक आहे, तू निरीक्षण केलं नाहीस म्हणून मी तुला सांगतो. रक्ताने माखलेल्या बुटांच्या खुणा पाहील्यात? त्या चपलांनी बनल्या होत्या, शूजने नाही. रमेशनेही चप्पल घातली होती आणि मला वाटतं आकार जवळजवळ सारखाच होता. फॉरेन्सिक टीमच्या मदतीने आपण त्याची तपासणी करू शकतो. मला खात्री आहे की ते ही असेच म्हणतील." मी आत्मविश्वासाने म्हणालो.

"अजून काही? घटना स्थळावरील इतर काही निरीक्षणे?"

"खरं तर नाही. म्हणजे एवढं पुरेसं नाही का?"

"नाही. सर्व पुरावे परिस्थितीजन्य आहेत. आणि कबुली जबाबही नाही."

“रमेशशी बोलून त्याची कबुली आपण पोलिसांना मिळवून देऊ शकतो. त्याच्याकडून कबुली जबाब बाहेर काढण्याचे त्यांचे वेगळे मार्ग आहेत, मला खात्री आहे,” मी म्हणालो.

“रमेशची अधिक चौकशी होणे गरजेचे आहे. आता मला अबीगेल आणि फ्रेडीबद्दल सांग.”

“बरं, फादरच्या मालकीची जमीन त्यांना हवी होती. आपल्या कडे पुरावे आहेत की ते त्यांच्यावर नाराज होते आणि त्यांची हत्या झाली तेव्हा ते बाहेर होते. त्या रात्री रिक्षाने चर्चला आले असतील आणि रमेश तिथे पोहोचण्यापूर्वीच त्यांची हत्या करून पळून गेले असतील.

“ते त्यांच्यावर नाराज होते याचा पुरावा आपल्याकडे नाही. याबद्दल आपल्याकडे फक्त सिस्टर निवेदिता यांचे विधान आहे. त्यांना वाद घालताना इतर कोणीही पाहीलं नाही. आणि सकाळी फादरच्या केबिनमधून बाहेर पडताना तिला जे ऐकू आलं, ते काही निश्चित असं नव्हतं.”

“ह्म्म्म. पण तरीही तेच मारेकरी असू शकतात,” मी आग्रहाने म्हणालो.

“कोणीही खुनी असू शकतो. अगदी सिस्टर निवेदिता देखील.” करण बिनधास्तपणे म्हणाला.

“सिस्टर निवेदिता? काहीही काय. ती नन आहे. ती कुणालाही मारू शकत नाही!” मी विरोध केला.

“मृत व्यक्ती पादरी होता. त्याला कोणी शत्रूही नसावा. केवळ तो कसा दिसतो किंवा काय काम करतो यावरून आपण कुणाचे मूल्यमापन करू शकत नाही,” असे करण म्हणाला आणि कुशीवर वळला. मला रात्री उशिरा कामावर जायचं होतं आणि इकडे हा आनंदाने झोपला होता! कप धुवून मी स्वत: झोपी गेलो.

†

रात्री ९.३० वाजेपर्यंत मी ऑफिसमध्ये पोचलो आणि रात्रीच्या कामात बुडालो. मी ऑफिसच्या मशिनमधून गरम गरम चहा घेऊन माझ्या कामाला सुरुवात केली होती. करणच्या चहासारखा तो समाधानकारक नाही हे मान्य केलं तरी तो एकमेव पर्याय उपलब्ध होता. कामाच्या ओझ्याखाली असताना भविष्यासाठी थर्मसमध्ये स्वत:चा चहा आणण्याचा विचार मनात आला.

कॉलेज मधील सैद्धांतिक शिकवणीपेक्षा व्यावहारिक आणि उद्योग-विशिष्ट दृष्टीकोन प्रदान करणारे नेटवर्किंग आणि दूरसंचार प्रशिक्षण, खूप सारे कॉल्स, आणि प्रशिक्षण सत्रांनी रात्र भरली होती. या सगळ्यांनी मला गुप्तहेर प्रशिक्षणाबद्दल विचार करण्यास प्रवृत्त केले - खाजगी तपासकर्त्यांसाठी मानक कार्य पद्धती आणि प्रोटोकॉल होते का? असे प्रशिक्षण केवळ कायद्याच्या अंमलबजावणीपुरतेच असण्याची शक्यता अधिक होती. करण आपल्या कामात पारंगत कसा झाला, हा प्रश्न माझ्या मनात रेंगाळत होता. ही निव्वळ प्रतिभा होती, की त्यात एक अनोखी कलात्मकता होती ज्याने त्याला वेगळे बनवले होते? मी स्वत:च्या व्यावसायिक आव्हानांमधून जात असताना या क्षेत्रातील त्याच्या कौशल्याचे रहस्य मला कुतूहलात टाकत होतं.

मध्यरात्री कधीतरी, मी माझ्या प्रशिक्षणातून विश्रांती घेताना - टिंग असा आवाज आला.

मी माझा मेसेज चेक केला. तो करणचा होता. त्यात लिहिलं होतं -

रमेशचा मृत्यू झाला आहे.

प्रकरण ४

रात्र कामात गेली, त्यामुळे करणशी गप्पा मारायला फारसा वेळ मिळाला नाही. शेवटी मी काम संपविला तेव्हा त्याला त्रास द्यायला खूप उशीर झाला होता. मात्र, रमेशच्या मृत्यूबद्दल करणने दिलेला निरोप ऐकून मला धक्का बसला होता. मला अधिक तपशील हवा होता, दडलेले गूढ उलगडण्याची अधीरता मला होती.

दुसऱ्या दिवशी सकाळी घरी परतलो तेव्हा करण शांत झोपला होता. मला स्वत: झोप घेण्याचा मोह झाला असला तरी कुतुहल कायम होते. मी चहा बनवायचा निर्णय घेतला आणि मी स्वत:साठी कप ओतत असताना एक खोडसाळ कल्पना डोक्यात आली. मुद्दाम रिकाम्या भांड्याला कोसळू दिले ज्यामुळे जोराचा आवाज झाला. करण ला जाग आली आणि अर्थातच मी या कथित अपघाताबद्दल माफी मागीतली.

मी माफी मागीतली तरी करणला मूर्ख बनवता आले नाही. फ्रेश होऊन तो स्वयंपाकघरात गेला आणि स्वत:साठी चहाचा कप ओतला. पहिला घोट मारत तो हसला, "तू मला सरळ उठवायला हवं होतंस. तुला भांड्यांचा आवाज करायची गरज नव्हती." अपराधीपणा थोडासा होता, पण माझ्या डावपेचाने आपला हेतू साध्य झाला असे वाटत होते - करण जागा झाला होता आणि शेवटी आम्ही कालच्या बातमीवर चर्चा करू शकलो.

"सॉरी. रमेशचं काय झालं ते मला ऐकायचं होतं." मी हळुवारपणे म्हणालो. तो रागवलेला दिसत नव्हता.

करण गंभीर भावाने आदल्या रात्रीचा प्रसंग सांगू लागला. "काल रात्री तू कामावर गेलास तेव्हा मी रमेशला भेट द्यायचं ठरवलं. तिकडे जाण्यापूर्वी मी त्याला फोन केला, पण काहीच उत्तर आलं नाही. पाऊस ओसरला होता

म्हणून मी बाईक घेतली. मी त्याच्या घरी पोहोचलो तेव्हा रात्रीचे साडेनऊ वाजले होते. मी त्याच्या झोपडीचा दरवाजा ठोठावला, पण काहीच प्रतिसाद मिळाला नाही. आतला लाईट सुरू होता आणि दरवाजा आतून बंद होता. मागच्या बाजूला चेक करायला जाण्याआधी मी आणखी काही वेळा दरवाजा वाजवला. मागे ग्रिल नसलेली एक खिडकी थोडी उघडी होती."

करण थांबला, तो शून्यात बघत सगळं आठवत होता. "मला आत जायचं होतं, पण खिडकीची फ्रेम खराब झाली होती आणि त्यावर रक्त होतं, हे माझ्या लक्षात आलं. खिडकीतून मागच्या बाजूला एक छोटीशी खोली दिसली - ते त्याच्या स्वयंपाकघरासारखं वाटत होतं, पण तिथून मला मुख्य खोलीत काहीच दिसत नव्हतं. खिडकीच्या अगदी खाली चिखलात पावलांचे ठसे मला दिसले. मी त्यांचा पाठलाग करायचं ठरवलं आणि ते गायब होण्याआधी समोरच्या दाराकडे गेले. त्यामुळे काहीतरी गडबड झाल्याचे स्पष्ट झाले होते. मी ताबडतोब इंस्पेक्टर साळवी यांना फोन केला आणि त्यांनी काही कॉन्स्टेबलना तपासासाठी पाठवले. दुर्दैवाने ते स्वत: येऊ शकले नाही."

करणने हे सांगताच हवेत एक प्रचंड शांतता पसरली होती, उद्भवणाऱ्या परिस्थितीचे ओझे आमच्यावर स्थिरावले होते. या प्रसंगाने एक भीषण चित्र रेखाटले आणि रमेशच्या निवास स्थानी काय घडले असावे याचा आम्ही दोघंही शांतपणे विचार करत होतो.

करणच्या कथेला थरकाप उडवणारे वळण लागले, त्याचे शब्द त्या भयानक शोधाच्या ओझ्याने जड झाले. "आम्ही दरवाजा तोडून आत प्रवेश केला आणि तिथे समोरच्या खोलीत रमेशचा मृतदेह आढळला. धारदार शस्त्राने त्याचा गळा कापण्यात आला होता, त्यातील क्रौर्य स्पष्ट होते. आश्चर्याची गोष्ट म्हणजे इतर कोणतीही जखम दिसत नव्हती आणि खोलीत संघर्षाची कोणतीही चिन्हे दिसत नव्हती. दोन ग्लाससोबत स्नॅक्स आणि

दारूच्या जवळपास रिकाम्या बाटल्या विखुरलेल्या होत्या. मातीच्या फरशीवर रक्ताने माखलेल्या हिंसक चकमकीच्या खुणा होत्या. रक्तरंजित पावलांचे ठसे स्वयंपाकघराच्या खिडकीकडे गेले होते."

कॉन्स्टेबल पोलीस स्टेशनकडून अतिरिक्त मदतीची मागणी करत असताना मी घराभोवती बारकाईने नजर टाकली. तुटपुंज्या फर्निचरमध्ये एक मोडकळीस आलेला पलंग आणि काही विखुरलेले कपडे असलेले जीर्ण कपाट होते. स्वयंपाकघरात विशेष उपयुक्त असे काहीही नव्हते. सुदैवाने मी घराबाहेरचा परिसर आधीच तपासला होता, कारण आतापर्यंत शेजाऱ्यांची गर्दी जमली होती. दुर्दैवाने, त्यांच्या उपस्थितिचा अर्थ असा होता की बहुतेक संभाव्य संकेत पायदळी तुडवले गेले होते. लवकरच फॉरेन्सिकचे लोक आले, खुनाच्या ठिकाणी गेले आणि मी शेजाऱ्यांशी बोलू लागलो."

हिंसक आणि गूढ अंताने विस्कळीत झालेल्या साध्या जीवनाचे विदारक चित्र या तपशीलातून रेखाटले गेले. आता जोरात सुरू असलेल्या या तपासात रमेशच्या निवास स्थानाच्या भिंतींमध्ये दडलेले सत्य उलगडण्याचे आव्हान पुढे आलं.

"झोपडीतून कोणीही वाद घालण्याचा किंवा ओरडण्याचा आवाज ऐकला नाही. काही वेळ पूर्वीपर्यंत पाऊस पडत होता, त्यामुळे लोक बहुतेक घरातच जेवण आणि इतर गोष्टींमध्ये व्यस्त होते. रमेशबद्दल मात्र प्रत्येकाचं एकच म्हणणं होतं. तो रोज संध्याकाळी दारू प्यायचा - कधी एकटा, तर कधी त्याच्या मित्रांबरोबर. अधूनमधून तो दारू पिऊन घरी यायचा. त्याच्याशी कोणीच फारसं बोलायचे नाही. मी त्यांना विचारलं की त्या रात्री त्यांच्या घराजवळ कोणी किंवा काही पाहीलं आहे का? पण कुणीच काही पाहीलं नव्हतं. मी इंस्पेक्टर साळवी यांच्याशी बोललो आणि तेथून निघालो."

मी अवाक झालो. इथे रमेशने फादरची हत्या केली असे वाटत असताना

रमेशचाच खून झाला. हा योगायोग होता का? तो कर्जबाजारी झाला होता. त्याने पैसे न दिल्याने कदाचित एखाद्या कर्ज देणाऱ्याने त्याची हत्या केली असावी. किंवा कदाचित त्याचं कुणाशी दुसरं वैर असावं? आपल्या सट्टेबाजी आणि उधारीने तो नेहमीच अडचणीत येत असे. त्यामुळे ही दाट शक्यता होती.

"हा योगायोग आहे असं तुला वाटतं का?" मी करणला विचारलं.

"असं होऊ शकतं. पण तो खूप मोठा योगायोग असेल," करण डोळे मिटून म्हणाला. त्याला अजूनही झोप येत असल्याचे स्पष्ट दिसत होते.

"कदाचित फ्रेडीनेच रमेशची हत्या केली असावी? आपण त्याच्याशी बोललो तर तो म्हणेल की तो फिरायला बाहेर गेला होता. तो सहज इथे येऊन रमेशची हत्या करू शकला असता. कदाचित रमेशने फ्रेडीला फादरला मारताना पाहीलं असावं?"

"कदाचित, पण मग तो त्या रात्रीच काही का बोलला नाही?"

"त्याला भीती वाटली असेल? किंवा ज्याने फादरला मारलं तो आपण सर्वांशी बोलत असताना चर्चमध्ये उपस्थित होता का? म्हणून रमेश त्याचं नाव घ्यायला घाबरत होता का?"

"कदाचित" आणि करण झोपला होता.

†

दुपारच्या जेवणाच्या वेळेला उठलो तेव्हा करण आणि माझं स्वागत एका अनपेक्षित पण चांगल्या दृश्याने झालं - दोन टिफिन, प्रत्येकासाठी एक. करण सहसा दुपारच्या जेवणाची ऑर्डर देत नव्हता, परंतु कदाचित विस्तारित कामाच्या सत्राच्या अपेक्षेने त्याने आज त्याची व्यवस्था केली आहे असे

वाटत होते. दुपारचं जेवण समाधानकारक होतं आणि सोबत असलेल्या गुलाब जाम मुळे आणखिनच मजा आली.

मी वाचनात मग्न असताना आणि करण लॅपटॉप वर काम करत असताना त्याच्या फोनच्या रिंगमुळे शांतता खंडित झाली. कॉलर आयडीवरून इंस्पेक्टर साळवी यांची माहिती समोर आली, ज्यामुळे करणने उत्तर दिले आणि सुरू असलेल्या तपासातील पुढचा अध्याय उलगडण्याचे आश्वासन दिले.

"साळवी यांनी फादर डोंगरे यांचे कॉल रेकॉर्ड पाठवले आहेत. त्याकडे सविस्तर पाहण्याची संधी त्यांना अद्याप मिळालेली नाही. तसेच रमेशचा सविस्तर शवविच्छेदन अहवाल अद्याप तयार झाला नसला तरी मानेच्या डाव्या बाजूस असलेल्या खोल जखमे मुळे जास्त रक्तस्त्राव झाल्याने त्याचा मृत्यू झाल्याचे प्राथमिक निष्कर्षात म्हटले आहे. दुसरी कोणतीही जखम सापडली नाही," फोन संपल्यावर करणने मला सांगीतलं.

तपासात मग्न असलेल्या करणने कॉल रेकॉर्ड मध्ये काही कामाचं सापडतंय का हे शोधायला सुरुवात केली. तेवढ्यात मी पुन्हा माझं वाचन सुरू केलं, खोलीतील शांतता अव्याहतपणे सुरू झाली. अनुत्तरित कॉलला न जुमानता करणने आपले लक्ष कपाट स्वच्छ करण्यावर केंद्रीत करण्याचा निर्णय घेतला. या सगळ्या कामात व्यग्र असताना एका अनपेक्षित घटनेने त्याच्या उत्साहाचा भडका उडाला.

अचानक करण घाईघाईनेच दिवाणखान्यात परतला, त्याच्या चेहऱ्यावर अपेक्षेचे भाव होते. चिंतेने फोन वर नजर फिरवत त्याचे वागणे उत्सुकतेकडून आनंदाकडे वळले. काही क्षणांच्या प्रतीक्षेनंतर त्याच्या चेहऱ्यावर एक मोठं हसू पसरलं, ज्यामुळे त्याच्या उत्साहाला उधाण आलं होतं.

"अरे ही एक इंट्रेस्टिंग केस आहे, खूप इंट्रेस्टिंग आहे. मी पुन्हा

खडकीला जाणार आहे. तुला माझ्या सोबत यायचे आहे?" करण उत्साहाने उड्या मारत होता.

"हो, रात्रीच्या जेवणा आधी आपण घरी परत येणार असू तर. पण काय झालं?"

"मी तुला नंतर सांगेन. मला काही गोष्टींची खातरजमा करायची आहे." नेहमीप्रमाणे तो गूढ वाटत होता. मी तयार झालो तेवढ्यात त्याने आणखी एक फोन केला - तो कोणाशी बोलत होता हे मला ऐकू येत नव्हते.

†

खडकीच्या दिशेने जात असताना माझ्या मनात अनिच्छा आणि आत्मचिंतनाची भावना निर्माण झाली. मी पुन्हा एकदा करणच्या प्रकरणात का अडकत होतो? पहिली घटना, म्हणजे कोथरूडमध्ये एका विवाहित तरुणीची हत्या, तिथे मृतदेह पाहून मी बेशुद्ध झालो होतो. मी अशा तपासापासून दूर राहण्याची शपथ घेतली होती, तरीही इथे मी करण सोबत आणखी एका खुनाच्या प्रकरणात होतो - या वेळी दुहेरी हत्याकांड. चर्चशी संबंधित व्यक्तींना टारगेट करणाऱ्या संभाव्य सीरियल किलरचा अस्वस्थ करणारा विचार माझ्या डोक्यात आला. कोणी फादर आणि सफाई कामगाराला का टारगेट करेल?

हे प्रश्न माझ्या मनात घोळत होते आणि पुन्हा एकदा सहभागी होण्याच्या माझ्या निर्णयाला आव्हान देत होते. परिस्थितीचे गांभीर्य आणि मृत्यूंभोवतीचे गूढ यामुळे मला या तपासाचा भाग होण्यामागच्या माझ्या स्वत:च्या हेतूवर प्रश्नचिन्ह निर्माण झाले. गाडी खडकीच्या दिशेने वेगाने जात असताना अनिश्चिततेचे ओझे आणि अस्वस्थतेची वाढती भावना माझ्या

मनात रेंगाळत होती.

चर्चजवळ येताच माझ्या मनात एक जाणीव जागृत होत गेली. मात्र, चर्चच्या गेट कडे वळण्याऐवजी करणने चर्चमधून विमान नगरला जाताना आम्ही घेतलेल्या रस्त्याने प्रवास सुरू ठेवला. ओळखीचा रस्ता आम्हाला डावीकडे वळण्यापूर्वी थांबलेल्या चहाच्या टपरीकडे घेऊन गेला. आणखी काही वळणं फिरवल्यानंतर आम्ही एका छोट्याशा घरासमोर पोचलो, जे आर्मी क्वार्टर्सचा भाग वाटत होतं. आजूबाजूच्या घरांची रचना एकच होती, जी केवळ त्यांच्यावर रंगवलेल्या संख्ये मुळे वेगळी होती. आमचे गंतव्य स्थान घर क्रमांक १२ बी होते, ओळखीसाठी नेमप्लेट नव्हती.

आमची बाईक पार्क करत करणने त्या भागाची पाहणी केली आणि खालच्या जमिनीकडे एक नजर टाकली, जिथे अनेक ठिकाणांप्रमाणे नुक्त्याच झालेल्या पावसाच्या खुणा दिसत होत्या. या घराचा आणि सुरू असलेल्या तपासाचा गूढ संबंध अधिक चव्हाट्यावर आला आणि आम्ही एका सामान्य वाटणाऱ्या निवास स्थानासमोर उभे राहिलो.

आम्ही दाराची बेल वाजवली आणि तिशीतल्या एका महिलेने दरवाजा उघडला आणि एक सुव्यवस्थित घर दिसलं. तिची अथलेटिक बांधणी होती, ती उंच होती आणि गोरा रंग होता. आतल्या एका खोलीतून त्याच वयाचा आणखी एक माणूस बाहेर पडला. हलकी बिल्ड, तीक्ष्ण चेहरा असलेला तो उंच होता आणि त्याला मिश्या होत्या. घराचं एकंदर वातावरण नीटनेटकं आणि व्यवस्थित होतं आणि नुक्त्याच झालेल्या रंगरंगोटीच्या कामामुळे भिंती फ्रेश दिसत होत्या.

कोपऱ्यात एका टेबलवर सैन्याच्या गणवेशातील एका माणसाचे छायाचित्र होते, त्यासोबत जळती मेणबत्ती होती - ज्याला आम्ही ओळखत नव्हतो. सॅमसंगच्या एलईडी टीव्हीने माझे लक्ष वेधून घेतले आणि मी नंतर

करणबरोबर तसाच एक विकत घेण्याच्या शक्यतेबद्दल चर्चा करायचं ठरवलं. हे मार्केटमधील सर्वोत्कृष्ट मॉडेल पैकी एक होते आणि घरी एक असण्याची कल्पना माझ्या मनात रेंगाळत होती.

“माझं नाव करण आहे आणि हा माझा सहकारी समर आहे. अनिलच्या प्रकरणात आम्ही इंस्पेक्टर साळवी यांना मदत करत आहोत.” करण म्हणाला. अनिल कोण? आतापर्यंतच्या सर्व तपासात मी हे नाव ऐकलं नव्हतं. करणला सगळं गुप्त का ठेवायचं असतं? मला चिडचिड होत होती.

“ओह ओके. कृपया बस. मी सपना आहे. सपना जोसेफ अँथनी आणि हा माझा भाऊ आयझॅक जोसेफ आहे.”

आम्ही एका अतिशय मऊ सोफ्यावर बसलो ज्यामुळे मला आमच्या घरासाठी असाच सोफा खरेदी करावासा वाटला. पण करण मिनिमलिस्ट होता. त्याला कदाचित सोफा विकत घ्यायचा नसेल - दिवाणखान्यात ठेवलेल्या मोडलेल्या चटईवर आणि पसरलेल्या गाद्यांवर बसून तो खूप आनंदी होता, मुख्यत: कारण तो कधीही त्यावर झोपू शकत होता.

“मिसेस अँथनी, अनिलच्या जाण्याबद्दल आम्हाला खूप दु:ख आहे. कदाचित ही तितकीशी चांगली वेळ नसेल, परंतु मला तुम्हाला काही प्रश्न विचारायचे आहेत,” करण म्हणाला.

“काही प्रॉब्लेम नाही. पण मला समजत नाही तुम्हाला काय जाणून घ्यायचे आहे? अनिलचा अपघातात मृत्यू झाला. मी कशी मदत करू शकेन याची खात्री नाही.” सपना गोंधळलेली दिसली. आयझॅक करणकडे उत्सुकतेने पाहत होता.

“हो, पण पोलीस खातं कसं चालतं हे तुम्हाला माहित आहे. त्या वेळी तो त्या भागात काय करत होता, त्याची मानसिक स्थिती काय होती, एखाद्या गोष्टीमुळे तो अस्वस्थ होता का, त्याच्या जीवाला धोका होता का,

इत्यादी सर्व प्रकारची माहिती त्यांना अहवालात टिपण्याची गरज आहे. त्यांनी हे सर्व अहवालात लिहिणे आवश्यक आहे, अन्यथा ते हे प्रकरण बंद करू शकत नाहीत - अपघाताचे प्रकरण असले तरीही," करण ने स्पष्ट केले. खरोखर? हा अनिल, तो कोणीही असो, त्याचा अपघात झाला असेल तर पोलिसांना या सर्व माहितीची काय गरज आहे? मी आधीच चिडलो होतो, त्यात हे नवीनच सुरू झालं होतं.

"ठीक आहे. विचारा. तुम्हाला काय जाणून घ्यायचं आहे?" सपना पुन्हा खुर्चीत बसत म्हणाली.

"ज्या रस्त्यावर अनिल चा मृतदेह सापडला त्या रस्त्यावर अनिल काय करत असेल ते सांगू शकाल का?"

"मला माहित नाही. तासभरात परत येईन असे सांगून तो घरातून निघाला. तो कुठे जात आहे याबद्दल तो काहीच बोलला नाही. काही तास तो परत आला नाही, तेव्हा आम्ही चिंतेत पडलो. त्यामुळे आम्ही त्याच्या मोबाईलवर फोन करण्याचा प्रयत्न केला. तो जोडला गेला नाही. थोडा वेळ वाट पाहीली आणि मग पहाटे आम्ही पोलिसांना फोन केला. त्याचा मृतदेह एका मॉर्निंग वॉकरला रस्त्या लगतच्या खड्ड्यात पडलेला दिसला," असे सपना म्हणाली.

"पोलिसांना फोन करण्यापूर्वी मी रात्री चेक करायला बाहेर गेलो होतो, पण कुठे बघावं हे कळत नव्हतं. मी परिसरात फिरलो आणि त्याच्या काही मित्रांनाही फोन केला. पण कुणालाच काही माहित नव्हतं," आयझॅक म्हणाला.

"ठीक आहे, निघताना त्याने बाईक घेतली की कार?" करणने विचारले.

"आमच्याकडे कार नाही, आणि तो निघाला तेव्हा खूप ढगाळ वातावरण होतं - कोणत्याही क्षणी पाऊस पडू शकतो, म्हणून तो म्हणाला की तो

चालत जाईल किंवा रिक्षा घेईल. जवळ रिक्षा स्टँड आहे," सपना म्हणाली.

"त्या दिवशी किंवा त्या आठवड्यात त्याचा मूड कसा होता? तो तणावग्रस्त वाटत होता का?"

"तो ठीक होता. त्या दिवशी सकाळी आम्ही चर्चलाही गेलो होतो. फादर डोंगरे यांची प्रवचने आम्ही कधीच चुकवली नाहीत. मला वाटत नाही की तो अस्वस्थ किंवा तणावात होता अन्यथा तो चर्चमध्ये आला नसता," सपना म्हणाली.

"चर्चमधून परत आल्यावर मात्र तो थोडा विचलित झालेला दिसत होता. मला ते आठवते कारण मी त्याला विचारले की त्याला बरे वाटते आहे का? तो म्हणाला की तो फक्त थकला आहे आणि मग दिवसभर काहीच बोलला नाही. तो थोडा अंतर्मुख होता, त्यामुळे मी त्याकडे फारसे लक्ष दिले नाही. पण आता तुम्ही विचारल्यावर मला ते आठवलं," आयझॅक म्हणाला. हे सांगताना तो थोडा चिंताग्रस्त दिसत होता.

"त्याला कोणी शत्रू होता का? किंवा कुणाशी भांडण झालं होतं का?" करण पुढे म्हणाला.

"मला माहित नाही." सपना आयझॅक कडे बघत म्हणाली. त्याने मान हलवली.

"तुम्ही मला त्याच्या जवळच्या मित्रांबद्दल सांगू शकाल का? कृपया त्यांची नावे आणि फोन नंबरही लिहा."

"लान्सनायक संजय रावडे आणि लान्सनायक रवी जाधव हे त्याचे जवळचे मित्र होते. सर्व जण एकाच बॅचचे होते. संजय येथे खडकी कार्यालयात आहेत. रवी आसाममध्ये तैनात आहे," सपनाने नोटपॅडवर त्यांची माहिती लिहून करणला दिली.

"पण तुम्हाला ही सगळी माहिती कशाला हवी? मला अजूनही समजलेलं

नाही. हिट अँड रन केसमध्ये त्याचा मृत्यू झाला, नाही का? तुम्हाला त्याच्या मित्रांबद्दल कशाला माहिती हवी आहे?" आयझॅकला आता थोडा राग आला.

"असं काही नाहीये. त्याला धडक देणारे वाहन सापडलेले नाही आणि एकदा सापडले की ती ड्रायव्हरची चूक होती हे सिद्ध करावे लागेल. त्यामुळे अपघाताच्या वेळी अनिलची मानसिक स्थिती समजून घेतल्यास रस्त्यावरून चालताना तो विचलित झाला नव्हता हे सिद्ध होण्यास मदत होते. शवविच्छेदन अहवालातून तो मद्यधुंद होता की नाही याची खातरजमा होईल - या सर्व माहितीमुळे ड्रायव्हरविरोधात आमचा खटला अधिक मजबूत होईल," करणने त्यांना शांत करण्याचा प्रयत्न केला.

"ठीक आहे." आयझॅकला अजूनही पटत नव्हतं पण त्याने पुढे काही विचारलं नाही.

"अनिलचा मृतदेह कधी मिळेल हे पोलिसांनी सांगीतलं होतं का?"

"आज संध्याकाळी."

"ठीक आहे. वेळ दिल्याबद्दल धन्यवाद. मी इंस्पेक्टर साळवी यांना सर्व माहिती देईन आणि आशा आहे की आम्ही लवकरच गाडीच्या ड्रायव्हरला पकडू शकू," असे करण ने घराबाहेर पडताना सांगीतले. आम्ही बाईकवर बसून निघालो तेव्हा सपना आणि आयझॅक दोघंही दारात उभे राहून संशयाने आमच्याकडे पाहत होते.

†

एका मिनिटात आम्ही रिक्षा स्टॅंडवर पोहोचलो. तेथे दोन रिक्षा उभ्या होत्या. आम्ही तिथे गप्पा मारणाऱ्या ड्रायव्हरकडे गेलो.

"मी पोलीस खात्याचा आहे. जवळच रविवारी रात्री घडलेल्या

अपघाताबद्दल तुम्हाला माहिती आहे का?" करणने विचारले. त्याच्या एकंदर व्यक्तिमत्वामुळे त्याला हवं असेल तर तो थोडा भीतीदायक दिसू शकत होता.

"हो, आम्ही त्याबद्दल ऐकलं होतं. तो तिथेच त्या घरात राहायचा." त्यातील एकाने अनिलच्या घराकडे बोट दाखवत सांगीतले.

"त्या रात्री त्याने इथून रिक्षा पकडली होती का?"

"मला माहित नाही. आम्ही दिवसा येथे असतो. रात्रीच्या वेळी येथे इतर रिक्षा असतात. गजानन आणि तेजिंदर. ते रात्रीच्या वेळी काम करतात, असे ड्रायव्हरने सांगीतले.

"ओके, थँक यू" करण म्हणाला आणि आम्ही पुढे निघालो. नेमकं काय चाललंय याची मला अजूनही खात्री नव्हती. फादर डोंगरे यांच्या हत्येशी या सगळ्याचा काय संबंध? मला एकच कनेक्शन दिसत होतं की अनिल रविवारी सकाळी इतर लोकांप्रमाणे चर्चमध्ये गेला होता आणि त्या रात्री एका अपघातात त्याचा मृत्यू झाला. मला करणची खूप चिड येत होती - नेहमी सस्पेन्स वाढवण्याचा प्रयत्न करत असतो तो.

थोड्या वेळाने आम्ही चर्चमध्ये पोहोचलो. या वेळी आजूबाजूला कोणीच नव्हते. आम्ही आत गेलो आणि सरळ फादर डोंगरे यांच्या ऑफिसमध्ये गेलो - जे आता सिस्टर निवेदिताचे ऑफिस होते. ती आजूबाजूला नव्हती. वाटेत आम्हाला आणखी एक नन दिसली. सिस्टर निवेदिता यांना बोलावते असे सांगून तिने आम्हाला कार्यालयात बसण्यास सांगीतले.

आम्ही बसलो आणि मी करणला जवळजवळ ओरडून म्हणालो, "काय चाललंय? आपण अचानक अपघाताचा तपास का करत आहोत? त्याचा खुनाशी काय संबंध?"

मला नेहमी चिडवणारे करणचे हास्य समजावून सांगायला लागल्यावर त्याच्या चेहऱ्यावर उमटले. "तुला अंधारात ठेवल्याबद्दल सॉरी, समर.

प्रवासादरम्यान माझ्या मनात बरेच काही होते. फादर डोंगरे यांचे कॉल रेकॉर्ड तपासले असता रात्री नऊच्या सुमारास त्यांना एक फोन आला होता असं दिसलं. कुतुहलाने मी त्या नंबरवर फोन केला, पण तो स्विच ऑफ होता. मात्र, माझ्या फोनवरील ट्रूकॉलरने हा नंबर अनिल अँथनी या व्यक्तीचा असल्याचे ओळखले. हे नाव मनाला भिडलं आणि क्षणार्धात मला आठवलं की मी ते कुठे ऐकलं होतं. पुण्याच्या बातम्यांसाठी मी माझा फोन तपासला आणि खडकी येथे तैनात असलेल्या एका लष्करी जवाना विषयी सोमवारी दुपारी वाचलेली एक बातमी सापडली. रस्त्यालगत त्याचा मृतदेह आढळून आला होता. इंस्पेक्टर साळवी सोमवारी आपण चर्चमध्ये असताना एका अपघाताच्या तपासात व्यस्त होते, त्यांना वाटते की हा हिट अँड रन आहे. एका वाहनाने या व्यक्तीला धडक दिली आणि तो खड्ड्यात पडला. अधिक माहितीसाठी मी साळवी यांना फोन केला आणि आम्ही शवविच्छेदन अहवालाची वाट पाहत आहोत.

"पण महत्त्वाची गोष्ट म्हणजे त्या रात्री त्यानी फादर डोंगरे यांना फोन केला होता. आणि त्यानंतर तासभराने फादरचा मृत्यू झाला आणि अनिल स्वत: मरण पावला, त्याच रात्री बहुधा एका अपघातात. त्या रात्री तो चर्चमध्ये गेला होता आणि घरी जाताना त्याचा अपघात झाला असण्याची शक्यता नाही का? घरी जाताना त्याने कुणाला तरी पाहीलं असावं आणि कदाचित कुणाला तरी फोनवर सांगीतलं असावं किंवा काहीतरी? मला ती शक्यता तपासून पाहावी लागली.

"आता आपल्याला कळलं की तो सकाळी चर्चमध्ये गेला होता आणि त्याने काहीतरी पाहीलं किंवा ऐकलं ज्यामुळे तो अस्वस्थ झाला. त्याबद्दल त्याने कोणालाही सांगीतले नाही. तो रात्री उशिरा चर्चमध्येही गेला असावा - पण आपल्याला ते अजून माहित नाही. तेच जाणून घेण्यासाठी आपण इथे

आलो आहोत.”

मी या सगळ्यावर काही बोलण्यापूर्वीच सिस्टर निवेदिता खोलीत दाखल झाली. आम्ही शुभेच्छांची देवाणघेवाण केली. ती अतिशय थकलेली दिसत होती. तिच्या आजूबाजूला घडणाऱ्या घटनांचा तिच्यावर परिणाम झालेला दिसत होता. खाली बसून एक ग्लास पाणी प्यायल्यानंतर तिने आपले लक्ष आमच्याकडे वळवले आणि सुरू असलेल्या तपासात कशी मदत करता येईल अशी विचारणा केली.

“सिस्टर, रमेशला कोण मारू शकेल या बद्दल काही अंदाज आहेत का तुमचे?” करणने विचारले.

“नाही. पण, मला खात्री आहे की त्याचे अनेक शत्रू होते. बऱ्याच लोकांकडून त्याने खूप पैसे उधार घेतले होते. कदाचित त्यातल्या कुणीतरी त्याला मारलं असावं?” सिस्टर निवेदिता म्हणाली.

“शक्य आहे. ज्या दिवशी त्याची हत्या झाली त्या दिवशी काही घडले का? म्हणजे इथल्या चर्चमध्ये त्याचं कुणाशी भांडण झालं होतं का?”

“त्या दिवशी रमेश चर्चमध्ये आला नव्हता. मी नरेशला त्याच्याबद्दल विचारलं, पण त्याला काहीच माहित नव्हतं.”

“ठीक आहे. नरेश सोबतच्या त्याच्या संबंधांचे काय? त्याबद्दल काही सांगू शकाल का?”

“नरेशने रमेशला मदत करण्यासाठी हे काम मिळवून दिलं होतं. पण रमेश ज्या पद्धतीने वागायचा त्यावर तो खूष नव्हता. त्याने त्याला काही वेळा शिवीगाळही केली. त्याने फादरला सांगीतले की त्यांना हवी ती कृती करा - त्यांनी पुरेशी मदत केली आहे आणि त्यांनी जर रमेश ला कामावरून काढून टाकलं तरी काही हरकत नाही.”

“ठीक आहे सिस्टर, तुम्ही अनिल अँथनी ला ओळखता का?” करणने

विचारले.

"हो. तो चर्चला नियमितपणे येत असे. त्याच रात्री एका अपघातात त्याचा मृत्यू झाला असं कळलं. उद्या त्याच्या दफनविधीचे नियोजन आहे." अनिलबद्दल अचानक विचारलेल्या या प्रश्नाने सिस्टर अचंबित झाली.

"तो फक्त रविवारीच चर्चमध्ये आला होता का?"

"प्रवचनासाठी रविवारी नक्कीच. फादर डोंगरे यांची प्रवचने सगळ्यांना आवडायची - त्यांच्या बोलण्यात प्रत्येकासाठी नेहमीच काही ना काही संदेश असायचा." हे सांगताना तिला फादरची आठवण आल्यासारखे वाटले, कारण ती थोडी रडली. मग ती पुढे म्हणाली, "तो चर्चच्या इतर कार्यक्रमांसाठीही इथे यायचा आणि जमेल तेव्हा मदत करायचा."

"तुम्हाला माहित आहे का त्याने फादर डोंगरे यांना रविवारी संध्याकाळी फोन केला होता का?"

"नाही, मला माहित नाही. फादर मला याबद्दल काहीच बोलले नाहीत."

"जेवायला गेल्यावर किंवा परत येताना तुम्ही त्याला चर्चमध्ये पाहीलं का?"

"नाही. आठवत तरी नाही."

"ठीक आहे, धन्यवाद सिस्टर."

"पण तुम्ही अनिलबद्दल का विचारताय? फादरच्या खुनाशी त्याचा काही संबंध आहे का?" सिस्टर निवेदिता थोडी घाबरलेली दिसत होती.

"त्या रात्री नऊच्या सुमारास त्यांनी फादर डोंगरे यांना फोन केला होता. दुर्दैवाने त्याचा अपघाती मृत्यू झाला, अन्यथा त्याने आम्हाला काही माहिती दिली असती," असे करण म्हणाला.

"त्याने फादरची हत्या केली असं तुम्हाला वाटत नाही ना?"

"तुम्हाला वाटतं का तो करू शकला असता?" करणने तिला प्रतिप्रश्न

केला.

“मला तसं वाटत नाही. तो तसा वाटला नाही,” ती ठामपणे म्हणाली.

“मलाही तसं वाटत नाही. पण काही सांगता येत नाही. मी अशी काही प्रकरणे पाहीली आहेत जिथे मारेकरी खूप आदरणीय लोक होते. जेव्हा लोकांना वाटते की ते पकडले जाणार नाहीत तेव्हा ते बऱ्याच गडद गोष्टी करू शकतात.”

आम्ही चर्चमधून निघालो आणि संध्याकाळी उशीरा घरी परतलो. करण हळूहळू जेवणाचा आस्वाद घेत असताना मी घाईघाईनेच जेवण केले आणि कामावर गेलो.

प्रचंड कामाच्या ओझ्याने ग्रासलेली ती रात्र माझ्यासाठी आणखी एक लांबलचक आणि खडतर असलेली ठरली. एका ग्राहकाच्या ऑर्डरमध्ये समस्या निर्माण झाल्या होत्या आणि ती सोडवण्याच्या प्रयत्नात माझ्यासह संपूर्ण टीम अडकली होती. उच्च दाबाच्या वातावरणामुळे सर्व जण धास्तावले आणि अखेर मध्यरात्री ही समस्या सुटली, तो पर्यंत मी मानसिकरित्या भयंकर थकलो होतो.

थोडा वेळ विश्रांती घेत मी ऑफिसच्या मशिनमधून चहाचा कप घेतला आणि माझा फोन चेक केला. मला आश्चर्य वाटले की, करणकडून कोणताही संदेश आला नाही. गुप्तहेराच्या कामा पासून मला दूर जायचे आहे, असे मी स्वत:ला वारंवार आश्वासन देऊनही अस्वस्थतेची भावना निर्माण झाली. फादर आणि रमेश यांच्या मृत्यूमागचे सत्य उलगडण्याची इच्छा कायम राहिली आणि मी तपासाच्या ओझ्याशी झगडत असताना माझ्यात एक संघर्ष निर्माण झाला.

करणला अजून मारेकरी का सापडला नाही?

प्रकरण ५

"काल रात्री तुला काय कळलं?" दुसऱ्या दिवशी सकाळी घरात आल्या आल्या मी विचारलं. करण हातात चहाचा कप घेऊन वर्तमानपत्र वाचत होता. तो वर बघून माझ्याकडे पाहून हसला, "फ्रेश हो, मी तुझ्यासाठी ही चहा बनवला आहे."

काही मिनिटांनी मी दिवाणखान्यातील असलेल्या गादीवर बसलो तेव्हा मला आठवलं की मला करणशी सोफा आणि टीव्ही घेण्या बद्दल बोलायचं आहे. गादी वाईट नव्हती, पण सोफा, अगदी छोटा सोफाही छान वाटला असता. आणि समोरची रिकामी भिंत टीव्ही साठी परफेक्ट ठरेल. टीव्ही घ्यायला तर बराच वेळ जाईल, पण सोफा घेण्याचा विचार करता येईल. "पण मला गादीवर बसणं जास्त आवडतं." करण शांतपणे म्हणाला.

मी चहा जमिनीवर पाडला. मला धक्काच बसला. मी एक शब्दही बोललो नव्हतो, सगळं माझ्या मनात होतं आणि तरीही इथे तो त्याच गोष्टीबद्दल बोलत होता. आणि नुसतं बोलत नव्हता तर मी विचारलेल्या प्रश्नाचं उत्तर तो देत होता. हे भयाण होतं. त्याने मला एकदा सांगीतले होते की त्याला संमोहन शास्त्र माहित आहे, तो सध्या हेच करत होता का?

"नाही, याचा संमोहनाशी काहीही संबंध नाही. किंबहुना नको असेल तर कोणीही संमोहित होऊ शकत नाही," तो पूर्वीसारखाच शांतपणे म्हणाला.

"काय..?" मी उठून बसलो तेव्हा मला शब्द सुचतच नव्हते. मी घाबरून करणकडे पाहीलं, अजूनही काय झालं ते जाणून घेण्याचा प्रयत्न करत होतो.

"शांत हो. हे रॉकेट सायन्स नाही. ही निव्वळ वजावट आहे. अनिलच्या घरातील सोफा आणि टीव्हीकडे बघण्याचा तुझा दृष्टीकोन मी पाहीला. त्या

घरातलं सगळं सुंदर होतं पण तू सगळ्यात जास्त लक्ष टीव्हीवर केंद्रीत केलंस आणि सोफ्यावर बसून मजा आली - तुला किती कम्फर्टेबल आणि आनंदी वाटत होतं ते मला दिसत होतं.

"आणि आज गादीवर बसल्यावर तू त्याकडे बघितलंस आणि तुझ्या चेहऱ्यावर किंचित चिडचिड स्पष्ट दिसत होती. मला माहित होतं की तू त्याची तुलना त्या सोफ्याशी करत आहेस आणि मग तो सोफा आपल्या घरात असल्याची कल्पना करू लागल्यावर तुझे डोळे चमकले. समोरच्या भिंतीकडे बघितलं - तिथे टीव्ही असावा असा विचार करत असशील."

"शेरलॉक...," मी त्याच्या निरीक्षणाबद्दल आणि डिडक्टिव्ह क्षमतेबद्दल रागाच्या भरात म्हणालो. हे समजावून सांगितल्यावर खूप सोपं वाटलं. "आणि संमोहनाचे काय?" मी विचारलं.

"अरे ते सर्वात सोपं आहे. प्रत्येक वेळी जेव्हा मी असं काही करतो, तेव्हा तुला वाटतं की मी तुला संमोहित केलं आहे," तो हसला.

"हो ते खरं आहे." मी हळुवारपणे म्हणालो.

शांत आणि माहितीपूर्ण स्वरात करणने संमोहन या विषयात डोकावले. "लोकांना अनेकदा संमोहनाची भीती वाटते, पण खरंच त्याची गरज नसते. हे समजून घेणे महत्त्वाचे आहे की जर आपल्याला संमोहित व्हायचे नसेल तर कोणीही आपल्याला संमोहित करू शकत नाही. ही एक सहयोगी प्रक्रिया आहे. मूलत: संमोहन काय करते? तर मनामध्ये सखोल विश्रांती आणि वाढीव सूचनेची स्थिती निर्माण करणे. या अवस्थेत दिलेल्या सूचना थेट अवचेतन मनापर्यंत जातात, ज्यामुळे ते विविध मानसिक समस्यांचे निराकरण करण्यासाठी एक शक्तिशाली साधन बनते. काही शारीरिक आजारांवर उपचार करण्यास मदत होऊ शकते असे सूचित करणारे अभ्यास आणि वास्तविक जीवनातील उदाहरणे आहेत, परंतु हा पैलू वादग्रस्त आहे."

संमोहनाच्या सकारात्मक पैलूंवर प्रकाश टाकत तो पुढे म्हणाला, “वैयक्तिक सुधारणा, तणाव व्यवस्थापित करणे आणि बरेच काही करण्यासाठी आत्म-संमोहन हे एक मौल्यवान तंत्र आहे. संमोहन अवस्थेत, एखादी व्यक्ती प्रतिबंधाशिवाय प्रतिसाद देऊ शकते, ज्यामुळे थेरपीमध्ये ते विशेषतः उपयुक्त ठरते. पण, संमोहनामुळे मन वाचण्याची परवानगी मिळते हा गैरसमज दूर करणे महत्त्वाचे आहे. हे आत्म-सुधारणा आणि थेरपीचे साधन आहे, मन-वाचनाचे साधन नाही.”

“ठीक आहे! मला समजले. पण जेव्हा तू असं काही करतोस तेव्हा अजूनही भीती वाटते.” मी म्हणालो.

करणने आज नाश्ता - फ्रेंच टोस्ट बनवला. फ्रान्समध्ये फ्रेंच टोस्ट ही संकल्पना नाही, असा मला संशय आहे. तो स्वयंपाकात खूप हुशार होता. त्यावर मी काही वेळा हात आजमावला होता, पण त्याचे परिणाम अतिशयच वाईट होते. मी चहा मात्र बनवायला शिकलो होतो.

जेवण आटोपल्यावर मी साफसफाई करायला सुरुवात केली आणि त्याला पुन्हा विचारलं, “काल रात्री तुला काय कळलं?”

“काल रात्री? जेव्हा मी खूप छान जेवण केले तेव्हा मला कळले की मी किती शांतपणे झोपू शकतो. काल रात्रीचं जेवण मस्त झालं.”

“हा हा हा. तुझी आवडती भरलेल्या वांग्यांची भाजी. मला त्याचा तिरस्कार आहे. तुला वांगं कसं काय आवडतं यार?”

“हो, मला खूप आवडतं.”

“ठीक आहे, मग आज आपण काय करणार आहोत?”

“आपण पुन्हा खडकीला, लष्करी कार्यालयात जाणार आहोत. पण दुपारच्या जेवणाच्या सुमारास जावं लागेल. त्यामुळे तो पर्यंत तुम्ही झोप घेऊ शकता साहेब.”

†

दुपारचं जेवण आटोपून आम्ही खडकी आर्मी कॅन्टोन्मेंट परिसरात पोहोचलो. जाण्यापूर्वी करणने इंस्पेक्टर साळवी यांना अनिल अँथनीच्या बॉसची अपॉइंटमेंट घेण्यासाठी फोन केला होता. अनिल ऑर्डनन्स फॅक्टरीच्या कार्यालयात कामाला होता. आम्ही गेट वर थांबलो आणि आमचे आयडी सुरक्षा रक्षकांना दिले. आम्हाला आत सोडण्यापूर्वी त्यांनी आत फोन केला आणि कार्ड ची तपासणी केली. त्यातील एक जण आमच्या सोबत एका केबिनमध्ये आला. तिथे नेमप्लेटवर लिहिले होते - मेजर विजय खत्री.

केबिनमध्ये लष्करी अचूकता आणि सुव्यवस्थेचे वैशिष्ट्यपूर्ण आकर्षण होते. लष्करी व्यवस्थेच्या शैलीचे पालन करून त्याची काटेकोर देखभाल करण्यात आली होती. प्रत्येक वस्तूला आपापली ठराविक जागा होती, त्यामुळे स्वच्छतेचे आणि संघटनेचे वातावरण निर्माण झाले होते. महोगनी या समृद्ध आणि गडद लाकडाच्या प्रामुख्याने वापरामुळे केबिनमध्ये उबदारपणा आणि परिष्काराची हवा होती.

टिपिकल ब्रिटिश सौंदर्यशास्त्राचे अनुसरण करून इंटीरिअर डिझाइन भारतीय लष्करी कार्यालयांमध्ये बऱ्याचदा आढळणाऱ्या पारंपारिक शैलीचे प्रतिबिंब होते. अशा डिझाइन्स मध्ये नेहमीच एक आकर्षण असतं, कार्यक्षमता आणि भव्यतेचे मिश्रण असतं जे समृद्ध इतिहास आणि शिस्तीची बांधिलकी दाखवतं. हे सौंदर्य केवळ केबिनपुरते मर्यादित नव्हते; अशीच वास्तुरत्ने मुंबईच्या फोर्ट परिसरासारख्या ठिकाणी सापडतात, जिथे भव्य वास्तु गेल्या काळाची साक्ष म्हणून उभ्या होत्या.

"मी मेजर विजय खत्री आहे," डेस्कच्या मागच्या व्यक्तीने लष्करी

अचूकतेने जाहीर केले जे त्याच्या मुद्रा आणि वर्तनात प्रतिबिंबित होते. लष्करी अधिकाऱ्यांच्या पारंपरिक हुशार आणि निष्कलंक वेषभूषेचे पालन करत त्यांनी स्वतःच्या अधिकाराची प्रचिती दिली. त्याच्या वरच्या ओठावर जाड, कुरळ्या मिश्या सजल्या होत्या, ज्यामुळे त्याला एक विशिष्ट आणि कमांडिंग उपस्थिति मिळाली होती. किमान तीन इंच लांबीचा एक डाग त्याच्या डाव्या गालावर होता आणि एक अशी आभा निर्माण झाली जी भयंकर मानली जाऊ शकते.

आम्ही आमचा परिचय, सेटिंगला साजेश्या पद्धतीने दिला आणि आपापल्या जागा घेतल्या. न सांगितल्या गेलेल्या अनुभवांची मूक साक्ष देणारा हा डाग मेजर विजय खत्री यांना लष्करी सेवेदरम्यान कोणत्या कहाण्या आणि आव्हानांना सामोरे जावे लागले असावे याकडे लक्ष वेधत होता.

“मेजर खत्री, आम्हाला भेटण्यासाठी वेळ दिल्याबद्दल धन्यवाद,” असे करण म्हणाला.

“इंस्पेक्टर साळवी यांनी मला फोन केला होता. मला कळत नाही तुम्हाला मला काय विचारायचे आहे? अनिलचा अपघातात मृत्यू झाला. मला समजत नाही की चौकशी करण्यासारखं काय आहे?” खत्री चिडचिड करत म्हणाला. त्याला आम्ही तिथे नको होतो हे स्पष्ट होते.

“मेजर खत्री, आम्हाला काही तथ्ये स्पष्ट करणे आवश्यक आहे. हे रेकॉर्डसाठी आहे. अन्यथा तो लष्करी जवान असल्याने पोलीस फाइल बंद करू शकत नाहीत,” असे करण ने सांगीतले.

“ठीक आहे. विचारा, पण माझ्याकडे फारसा वेळ नाही.” त्यांना नक्कीच घाई होती. संभाषण संपवण्याची घाई.

“अनिलबद्दल काय सांगाल?”

“सांगण्यासारखं फारसं काही नाही. तो चांगला होता. त्याच्यावर अनेक जबाबदाऱ्या होत्या. दारूगोळा वितरण आणि रसद पुरवण्याची जबाबदारी त्यांच्याकडे होती. मी त्याला वैयक्तिकरित्या ओळखत नव्हतो, फक्त प्रोफेशनली ओळखत होतो.”

“तो लान्सनायक होता. या दर्जाच्या व्यक्तीला एवढ्या मोठ्या जबाबदाऱ्या देणे हे सामान्य आहे का?”

मेजर खत्री चिडलेले दिसत होते. ते म्हणाले, “आमच्याकडे कमी कर्मचारी आहेत आणि आमचं स्टाफिंग स्ट्रक्चर लेफ्टनंट कर्नल रावत यांनी ठरवलं होतं.”

“लेफ्टनंट कर्नलने अनिलला या पदावर ठेवण्यासाठी विशेष शिफारस केली होती का?”

“तुम्ही त्यांना हा प्रश्न का विचारत नाही? आणि खरंतर, त्याचा तुमच्या तपासाशी काय संबंध?” खत्री यांना राग आला. त्यावर नियंत्रण ठेवणे त्यांना कठीण जात होते.

“अनिलबद्दल तुमची काही तक्रार होती का?” खत्री काय विचार करत आहे याची पर्वा न करता करण पुढे विचारू लागला.

“तो वक्तशीर होता आणि खूप मेहनत घेत होता. मला अजून काही बोलायचं नाहीये,” खत्री म्हणाला.

“थँक्स मेजर. सध्या माझ्याकडून आणखी काही प्रश्न नाहीत.” आम्ही निघताना करण म्हणाला.

केबिनमधून बाहेर पडताना खत्रींनी नुसती मान हलवली आणि जळजळीत नजरेनी आमच्याकडे पाहीलं. करणने आपला फोन काढला आणि अनिलचा जवळचा मित्र असलेल्या लान्सनायक संजय रावडे यांना फोन केला. त्या वेळी तो ड्युटीवर नव्हता म्हणून आम्ही त्याला बाहेरच्या चहाच्या

टपरीवर भेटायचं ठरवलं. आम्ही तिथे पोचलो तेव्हा एक माणूस आपल्या दुचाकीवरून आमच्याजवळ येताना दिसला. तो साधारण ३० वर्षांचा होता आणि साध्या कपड्यात, क्रू कट केसांसह स्वच्छ शेव्हिंग केलेला - आज आम्ही पाहीलेल्या जवळजवळ सर्वांप्रमाणे होता.

"मी संजय रावडे आहे," आम्ही आमची ओळख करून देताना तो म्हणाला. आम्ही आम्हा सर्वांसाठी चहा मागवला आणि मीही स्वत:साठी समोसा मागवल्याशिवाय राहू शकलो नाही.

"संजय, मी तुला फोनवर सांगितल्याप्रमाणे आम्ही अनिलच्या अपघाताच्या तपासात पोलिसांना मदत करत आहोत," करणने स्पष्ट केले.

"हो, आयझॅक मला म्हणाला."

"अच्छा त्याने सांगीतलं का? ठीक आहे. त्याने तुला आणखी काही सांगीतलं का?"

"नाही. म्हणजे. तो म्हणाला की, तुम्ही अनिलच्या मृत्यूची चौकशी करत आहात. पण मी कशी मदत करू शकेन याची मला खात्री नाही. म्हणजे तो तर अपघात होता." संजय थोडा सावध झाला.

"अनिलला तू किती दिवसापासून ओळखतोस?"

"आम्ही एकाच ट्रेनिंग बॅचमध्ये होतो आणि प्रशिक्षणादरम्यान मित्र झालो. तेव्हापासून आम्ही मित्र होती. रवी जाधव हा आमचा आणखी एक बॅचमेट आहे - आम्ही तिघे खूप जवळ होतो. आमची पोस्टिंग आधी वेगवेगळ्या ठिकाणी झाली होती, पण काही वर्षांपूर्वी मी आणि अनिल इथे तैनात झालो आणि पुन्हा भेटलो.

"अपघाताच्या आदल्या दिवसांत अनिल अस्वस्थ किंवा तणावात होता का?"

"नाही, नाही. तो नॉर्मल होता."

"त्याचं कुणाशी भांडण झालं का?"

"नाही. म्हणजे काही मोठं नाही." संजयला खात्री वाटत नव्हती.

"संजय, तू जे सांगशील ते आम्हाला वेगाने तपास करण्यासाठी उपयोगी पडेल." करणने त्याला बोलतं करण्याचा प्रयत्न केला.

"मेजर खत्री गेल्या आठवड्यात अनिलवर नाराज होते. मला कळले की मेजरने त्याला आपल्या कार्यालयात बोलावले होते आणि त्याच्यावर ओरडले होते. मी नंतर अनिलला याबाबत विचारलं, पण त्याने हा विषय टाळला," संजय दबक्या आवाजात म्हणाला. आजूबाजूला कोणीच नव्हतं, पण त्याला खात्री करून घ्यायची होती. रस्त्यावरून नुक्त्याच गेलेल्या रिक्षाच्या आवाजात आम्हाला त्याचा आवाज क्वचितच ऐकू येत होता.

"ठीक आहे, तू रविवारी चर्चला गेला होतास का?"

"अरे, मी ख्रिश्चन नाही."

"ठीक आहे, तू रविवारी अनिलला भेटलास किंवा त्याच्याशी बोललास?"

"नाही," संजय म्हणाला.

"लेफ्टनंट कर्नल रोहित रावत यांना तू ओळखतोस का?"

"हो. म्हणजे अनिल आणि मी त्याला रिपोर्ट करायचो. थेट नाही. अनिल मेजर खत्री यांना रिपोर्ट करायचा, ते लेफ्टनंट कर्नल यांना रिपोर्ट करतात. मी कारखान्याच्या प्रॉडक्शन विभागात आहे. मी मेजर गोखले यांना रिपोर्ट करतो, जे लेफ्टनंट कर्नल रावत यांना रिपोर्ट करतात.

"अच्छा, मग तू पण फॅक्टरीत काम करतोस?"

"हो. मी प्रॉडक्शन टीमचा भाग आहे."

"तुम्ही इथे काय उत्पादन करता? आणि ते कुठे वितरित केले जाते?" करणने विचारले.

"सॉरी सर. ही माहिती आम्ही शेअर करू शकत नाही," असे संजय यांनी

सांगीतले.

"अरे हो नक्कीच. सॉरी मी विचारलं. मला सांग, रावत अनिलला वैयक्तिकरित्या ओळखत होते का?"

"ते दोघंही एकत्र व्हॉलीबॉल खेळायचे. त्यामुळे ते मैदानावर अनेकदा भेटत असत."

"रावत यांनी मेजर खत्री यांच्या हाताखाली वितरण आणि लॉजिस्टिक्सचे प्रमुख म्हणून अनिल यांचे नाव का सुचवले, याचे काही कारण तुला माहित आहे का?"

"मला माहित नाही. म्हणजे आमच्याकडे कर्मचारी कमी आहेत, त्यामुळे अनेक कनिष्ठांनी उच्च जबाबदाऱ्या स्वीकारल्या आहेत. कदाचित रावत यांना वाटलं असेल की अनिल हे व्यवस्थित सांभाळेल?" संजय म्हणाला. तो थोडा घाबरलेला दिसत होता.

"आयझॅक बद्दल काय सांगशील?" करणने विचारले.

संजय अचंबित झाला. "मी.. आयझॅक? अं.. तो ठीक आहे, मला वाटते. खराडी येथील एका खासगी कंपनीत त्याची नोकरी आहे. अनिलची येथे बदली झाल्यापासून गेल्या दोन वर्षांपासून तो अनिलच्या घरी राहत आहे. या व्यतिरिक्त मला फारशी माहिती नाही," असे तो म्हणाला. प्रत्येक प्रश्नाने तो अधिकच नर्व्हस वाटत होता.

"ठीक आहे, मला रवी जाधवचा नंबर देऊ शकतो का? फक्त रेकॉर्डसाठी," करण म्हणाला. हा 'फक्त रेकॉर्डसाठी' प्रश्न कितीही विचित्र असला तरी सहसा चालून जातो. पुण्यात नसलेल्या रवी जाधव यांच्याशी अपघात प्रकरणासंदर्भात का बोलावेसे वाटेल?

आम्ही संजयकडून नंबर घेतला आणि तो निघून गेला. निघताना तो सतत आजूबाजूला बघत होता. संपूर्ण चर्चेत आणि तो जाईपर्यंत करण त्याचे

बारकाईने निरीक्षण करत होता. पण मी त्याला काही विचारायच्या आधीच त्याने साळवीला आणखी एक फोन केला आणि थोडा वेळ बोलला, आणि मी अजून एक कप चहा घेतला. थंड हवामान, गरमागरम चहा आणि गरमागरम समोसा - परफेक्ट कॉम्बिनेशन.

"ठीक आहे, आपण फॅक्टरी ऑफिसमध्ये परत जायला हवं." फोन संपताच करण म्हणाला.

"आता कुणाशी बोलायचं?"

"लेफ्टनंट कर्नल रोहित रावत."

†

ऑफिसच्या सिक्युरिटी गेट वर परतल्यावर आम्ही लेफ्टनंट कर्नल रावत यांना भेटण्याचा आमचा इरादा त्यांना सांगीतला. आमचे आयडी तपासल्यानंतर त्यांनी आमच्या भेटीची खात्री करण्यासाठी फोन केला. लेफ्टनंट कर्नलशी भेटीचा हेतू काय आहे, याची विचारपूस करत एक गार्ड परत आला. आम्ही समजावून सांगीतले की हे अनिल अँथनीच्या मृत्यूशी संबंधित आहे आणि तो आमचा संदेश प्रसारित करण्यासाठी पुन्हा सुरक्षा केबिनमध्ये गेला.

थोड्या वेळाच्या प्रतीक्षेनंतर गार्ड बाहेर आला आणि त्याने आम्हाला त्याच्या मागे जाण्याचा इशारा केला. एका कॉरिडॉरमधून आम्हाला घेऊन तो इमारतीच्या दुसऱ्या बाजूला असलेल्या केबिनमध्ये घेऊन गेला. वाटेत मेजर खत्री कोणाशी तरी गप्पा मारताना दिसले. आमच्या आधीच्या भेटीची आठवण करून देणारी त्यांची प्रखर नजर आम्हाला दिसली, पण आम्ही त्यांच्या नजरेला नजर न मिळवता चालत राहिलो. लेफ्टनंट कर्नल रावत

यांना भेटण्याची उत्सुकता आमच्या गंतव्यस्थाच्या जवळ येताच वाढली.

लेफ्टनंट कर्नल रोहित रावत यांच्या कार्यालय मेजर विजय खत्री यांच्या कार्यालया पेक्षाही चांगलं होतं. काचेच्या कॅबिनेटमध्ये अभिमानाने प्रदर्शित केलेल्या असंख्य पुरस्कारांनी ही जागा सजली होती आणि भिंतींना छायाचित्रे सजली होती, प्रत्येक प्रतिमा सेवा आणि समर्पणाची कहाणी सांगत होती. लष्करी परंपरेनुसार लेफ्टनंट कर्नल रावत यांनी अचूक वेषभूषा केली होती, अचूकता आणि शिस्तीचे मॉडेल होते.

लष्करी अधिकाऱ्यांनी स्वतःला ज्या पद्धतीने सादर केले, त्याचे कौतुक त्यांच्या पूर्णपणे इस्त्री केलेले कपडे आणि पॉलिश केलेले शूज पाहून दिसून येत होते. शिस्तीची आणि तपशीलांकडे लक्ष देण्याची ही एक पातळी होती ज्याने कायमचा ठसा उमटवला. अशा शिस्तबद्ध वेषभूषेमुळे संरक्षण दलात भरती होण्याच्या बालपणाच्या महत्वाकांक्षेलाही चालना मिळाली होती, हे स्वप्न केवळ शारीरिक मर्यादांमुळे पूर्ण झालं नव्हतं.

आम्ही आत गेल्यावर गार्ड आम्हाला सोडून गेला आणि लेफ्टनंट कर्नल आम्हाला अभिवादन करण्यासाठी हात पुढे करण्यासाठी उभे राहिले, “वेलकम. मी लेफ्टनंट कर्नल रोहित रावत.”

“मी डिटेक्टिव्ह करण आणि हा समर कुळकर्णी. लान्सनायक अनिल अँथनी यांच्या मृत्यूच्या तपासात आम्ही लष्कर पोलीस ठाण्याचे इंस्पेक्टर साळवी यांना मदत करत आहोत,” असे करण म्हणाला आणि आम्ही आमची जागा घेतली.

“अरे हो. दु:खद गोष्ट आहे. तो हुशार तरुण होता. आम्ही एकत्र व्हॉलीबॉल खेळलो आहोत बरेच वेळा.” त्यांचे व्यक्तिमत्व अतिशय धीरगंभीर होतं आणि मोठा आवाज होता.

“अनिलबद्दल आणखी काही सांगू शकाल का? तो कामावर कसा

होता?"

"माझ्या माहितीप्रमाणे तो चांगला होता. मेजर खत्री यांच्या हाताखाली त्यानी काम केले. पण खत्रीला त्याच्या सोबत काही प्रॉब्लेम्स होते. अँथनीने वितरण आणि लॉजिस्टिक्सची जबाबदारी स्वीकारावी असे मी सुचवले होते हे खत्रीला आवडले नाही, असे मला वाटते."

"तुम्ही त्याची शिफारस का केली सर?"

रावत यांना या प्रश्नाने धक्काच बसला. पण त्यांनी उत्तर दिले, "अरे खत्री त्या वेळी रजेवर होता आणि आम्हाला या कामासाठी नीट रचना करायची होती. खरं तर अजूनही आमच्याकडे कर्मचारी कमी आहेत म्हणून मी त्या पदासाठी अनिलचं नाव टाकलं. असे करण्यापूर्वी मी त्याचा सल्ला घ्यायला हवा होता, असे खत्रीला वाटले. तो नंतर रचना बदलू शकला असता, पण मी जे ठरवलं होतं ते त्यानी सुरूच ठेवलं. तरीही त्याला नेहमीच प्रॉब्लेम असायचा."

"ठीक आहे. गेल्या काही दिवसांत अनिलला भेटल्यावर काही वेगळं दिसलं का? तो काही तणावाखाली होता का?"

"नाही. तो नॉर्मल होता."

"ठीक आहे. मेजर खत्री यांनी गेल्या आठवड्यात अनिलला शिवीगाळ केली होती. का माहित आहे का सर?"

"अरे मी तुला सांगीतलं ना. मेजरचा अनिल सोबत नेहमीच वाद होत असे. कदाचित ही त्यापैकीच एक गोष्ट असावी," असे रावत म्हणाले.

"ठीक आहे सर. आत्ता आम्हाला आणखी काही विचारायचे नाही. आणखी काही गरज पडली तर आम्ही परत येऊ," असं करण म्हणाला आणि आम्ही तिथून निघालो.

कॉरिडॉरमधून आणि इमारतीतून बाहेर पडताना रावत आमच्याकडे

संशयाने पाहत होते. माझ्या डोळ्यांच्या कोपऱ्यातून मला मेजर खत्री रावत यांच्या केबिनच्या दिशेने जाताना दिसत होते. करणनेही ते पाहीलं याची मला खात्री होती.

आम्ही सगळी चर्चा आटोपली तेव्हा संध्याकाळ झाली होती. आम्ही घरी आलो आणि केसबद्दल न बोलता थोडा वेळ रिलॅक्स केलं. आमचे जेवणही वेळेवर आले. मला खूप थकवा जाणवत होता, पण मला कामावर जावं लागलं. अनिच्छेने मी जेवायला लागलो. तेवढ्यात करणला साळवीचा फोन आला. तो फोनवर फार काही बोलला नाही, फक्त जेवण करत राहिला.

आमचं जेवण संपल्यावर मी कामाला जायला तयार होऊ लागलो. करण काहीतरी विचार करण्यात मग्न होता, झोन आऊट झाला होता.

"काय झालं? तुला काही सुगावा लागला का?" मी त्याला विचारलं.

"अनेक. आणि साळवी यांनी, मला जे संशय आले, त्याला दुजोरा दिला."

"काय?"

"अनिल अँथनीचा मृत्यू हा अपघात नव्हता. ती हत्या होती."

प्रकरण ६

करणच्या या खुलाशाने स्तब्ध झालेला मी गेट वर उभा राहिलो, माझी ऑफिसची कॅब आधीच वाट पाहत होती. अनिल अँथनी याच्या हत्येची बातमी हा अपघात मानणाऱ्या अधिकृत बातम्यांशी जुळत नव्हती. संभ्रम आणि निराशेने माझ्या विचारांवर ढग दाटून आले. आता ही माहिती का समोर येत होती आणि करणने ती उघड करण्यासाठी हा खास क्षण का निवडला? ही वेळ या पेक्षा जास्त गैरसोयीची असू शकत नव्हती, कारण मी कामावर जाण्याच्या उंबरठ्यावर होतो.

अनिश्चिततेच्या या वादळात अडकून मी करणकडे पाहीलं, जो माझ्या अंतर्गत संघर्षाकडे मनोरंजनाच्या भावनेने पाहत होता. माझ्या मनातील उलथापालथीची त्याला जाणीव होती हे स्पष्ट होते, तरीही त्याने मार्गदर्शन किंवा मदत देण्याचे टाळले. अनपेक्षित प्रकटीकरणाचे ओझे रेंगाळत राहिले आणि कामावर जाणे आणि उलगडत जाणाऱ्या रहस्यांचा खोलवर शोध घेणे यात मी अडकून पडलो.

शेवटी मी हार मानली. मी कॅब ड्रायव्हरला सांगीतले की मी कामावर जाणार नाही आणि माझ्या मॅनेजरला सुद्धा फोन करून हे सांगीतले. मी माझी बॅग बाजूला ठेवली आणि दिवाणखान्यात येऊन तिथे बसलेल्या करणकडे बघत बसलो.

“तुला हे सगळं आवडतं ना? खून, तपास, सगळं काही,” करण म्हणाला.

“गप्प बस आणि मुद्द्यावर ये! हा अपघात का नाही? खून का आहे?” मी चिडलो होतो पण तरीही हसू थांबवण्यासाठी धडपडत होतो.

“ठीक आहे. तर अनिलचा शवविच्छेदन अहवाल नुकताच तयार झाला आहे. डोक्याच्या मागील बाजूस जबर मार लागल्याने त्याचा मृत्यू झाला.

रस्त्याच्या कडेला असलेल्या खड्ड्यातील एका खडकावर त्याचे डोके आपटले. म्हणून त्याला एका कारने धडक दिली आणि तो खड्ड्यात पडला - हा अपघात आहे, असे वाटले. मात्र, बारकाईने तपासणी केली असता त्याच्या हातावर जखमा असल्याचे निदर्शनास आले. अतिशय धारदार जखमा. त्या जखमा कारने किंवा खड्ड्यात पडून होऊ शकल्या नसत्या. त्याच्यावर कोणीतरी हल्ला केला आणि त्याने स्वत:ला वाचवण्याचा प्रयत्न केला तेव्हा जखमा झाल्या असाव्या. त्यानंतर झालेल्या संघर्षात तो खाली पडला, त्याचे डोके खडकावर आदळले आणि त्याचा मृत्यू झाला. पण त्याच्यावर हल्ला करण्यात आला. हीच कळीची गोष्ट आहे.

"मला नेहमी वाटत होतं की ही हत्या आहे कारण त्या रात्री फादरला फोन करणाऱ्या व्यक्तीचा त्याच रात्री अपघातात मृत्यू होणं हा खूप मोठा योगायोग होता. म्हणूनच आपण अनिलचे कुटुंबिय आणि मित्रांशी बोललो. पण मी अपघातस्थळी गेलो नव्हतो आणि मृतदेह पाहीला नव्हता, त्यामुळे मला याची खात्री पटली नाही. पण आता हे स्पष्ट झाले आहे," असे करणने स्पष्ट केले.

"पण मग याचा अर्थ एकाच व्यक्तीने फादर आणि अनिल या दोघांची हत्या केली असा होतो का? आणि रमेशचं काय?" मला अधिकच कुतुहल वाटू लागलं होतं.

"फादर डोंगरे यांची अत्यंत धारदार शस्त्राने गळा चिरून हत्या करण्यात आली होती. एक प्रकारचा चाकू. त्यांच्या शरीरावर इतर कुठलीही जखम नव्हती, अगदी हातावरही नव्हती. म्हणजे त्यांना काही कळायच्या आतच त्यांच्या गळ्याची नस कापण्यात आली. रमेशचीही गळा चिरून हत्या करण्यात आली. तो लढू शकला नाही कारण तो खूप मद्यधुंद होता आणि बहुधा जेव्हा त्याची हत्या झाली तेव्हा तो आधीच बेशुद्ध होता. अनिलच्या

हातावरच्या जखमांचे फोटो आणि शवविच्छेदन अहवाल पाहता त्याला मारण्यासाठी हेच हत्यार वापरण्यात आल्याचे दिसते," असे करण ने सांगीतले. तो अजूनही आपल्या विचारात होता.

"पण त्यांना का मारण्यात आलं? आपल्याकडे अजून काही हेतू नाही." मी म्हणालो.

"हो, मलाही अजून हेतू माहित नाही. पण मला खात्री आहे की या तिन्ही खुनांचा संबंध आहे. तसेच, ज्या पद्धतीने त्यांची हत्या करण्यात आली ती अतिशय विचित्र आहे - पोटात वार करून नव्हे तर गळा कापून किंवा किमान तसा प्रयत्न करून," करणने अधोरेखित केले. "असो, जाऊ या. आपल्याला काही काम करायचं आहे." तो उभा राहिला.

"आता? आपण आता बाहेर जाणार आहोत?" मला वाटले की मी त्याच्याशी या प्रकरणावर चर्चा करीन आणि कदाचित थोडी झोपही घेईन.

"हो, हीच योग्य वेळ आहे. पाऊसही पडत नाहीये."

मी विचारले नाही की आम्ही कुठे जात आहोत कारण मला माहित होते की करण सस्पेन्स कायम ठेवेल आणि मला सांगणार नाही. पण आम्ही यूनीव्हर्सिटी सर्कलच्या दिशेने निघालो आणि मग इ स्क्वेअर शेजारच्या गल्लीत वळलो तेव्हा मला वाटलं की आम्ही पुन्हा खडकी भागात जाणार आहोत. आम्ही तिथे कुणाला भेटणार होतो? आम्ही अपघातस्थळी जात होतो का? अपघाताला २ दिवसांहून अधिक काळ लोटला होता त्यामुळे तिथे काहीच पाहण्यात अर्थ नव्हता. पण, मी एक शब्दही बोललो नाही.

आम्ही एका वळणावर पोहोचलो ज्याच्या कोपऱ्यात एक बोर्ड होता - लेन १२. करण त्या गल्लीत वळला आणि सुमारे १०० मीटरचा प्रवास करून थांबला. बाजूला जमिनीत अडकलेल्या लाकडी काठीवर फाटलेली पोलीस टेप फडकत होती. तिथे खड्डा पडला होता. हे अपघातस्थळ असावे. त्याने

मोबाईल टॉर्च चालू केला आणि थोडं आजूबाजूला पाहीलं. त्याला काही सापडलं असं वाटत नव्हतं - साहजिकच.

आम्ही परत मेन लेन मध्ये आलो आणि आता अनिलच्या घराकडे जाऊ लागलो, पण तिथे पोहोचण्याआधीच करणने वळणावर उभ्या असलेल्या दोन रिक्षांपासून बाईक थोडी दूर थांबवली. आम्ही बाईकवरून खाली उतरलो आणि रिक्षा स्टँडच्या दिशेने चालायला लागलो. आम्हाला दुसऱ्या रिक्षाची मागील बाजू दिसत होती त्यामुळे ड्रायव्हरला आम्ही येताना दिसलो नाही. आम्ही बाजूने आत आलो आणि करण म्हणाला,

"गजानन?" करणने शेजारी उभ्या असलेल्या ड्रायव्हरकडे बघत विचारलं. आणखी एक ड्रायव्हर, एक शीख, रिक्षात विश्रांती घेत होता.

रिक्षा चालक घाबरून जवळजवळ ओरडला. तो दुसऱ्या ड्रायव्हरशी बोलण्यात मग्न होता आणि अचानक आम्ही दोघं त्याच्यासमोर उभे झालो होतो. त्यात भर म्हणून करणने त्याला त्याच्या नावाने हाक मारली!

"हो. तू कोण आहेस?" तो जरा घाबरून आणि संशयाने म्हणाला.

"माझं नाव करण आहे, मी पोलीस खात्यात काम करतो. तुला काही प्रश्न विचारायचे आहेत." करण सहजपणे खोटं बोलला. त्यात तो पारंगत होता.

"ये.. हो... तुला काय विचारायचंय?" तो अजूनही घाबरलेला वाटत होता.

"आणि तू तेजिंदर?" करणने आत्तापर्यंत रिक्षातून बाहेर पडलेल्या दुसऱ्या ड्रायव्हरला विचारले.

"होय मीच आहे. काय चाललंय?" तो घाबरला.

"दोन दिवसांपूर्वी लेन १२ मध्ये अनिल अँथनी नावाच्या व्यक्तीचा अपघातात मृत्यू झाला, तुम्हाला माहित आहे का?"

"हो. मी ऐकलं." गजानन म्हणाला आणि तेजिंदरने मान हलवली.

“तू त्या रात्री काम करत होतास का? तू या स्टँडवर होतास का?”

“अं... मला खात्री नाही. कदाचित तो तेजिंदर असावा. तेजिंदर, तुला आठवतंय का?” गजाननने विचारले.

“रविवारची रात्र होती ना? मला वाटतं तूच होतास. त्या रात्री मी इथे होतो असं मला वाटत नाही.”

“कोणीही असो, अनिलने त्या रात्री कुठेही जाण्यासाठी इथून रिक्षा भाड्याने घेतली होती का?”

“मला.. आठवत नाही...” गजानन यांनी सांगीतले. तेजिंदरनेही मान हलवली.

“तुम्ही अनिलला ओळखता का?”

“हो. म्हणजे तो जवळच राहायचा. त्यामुळे आम्ही त्याला पाहीलं आहे. पण मी त्याला वैयक्तिकरित्या ओळखत नव्हतो,” तेजिंदर म्हणाला.

“ठीक आहे. त्या रात्री तू दुसऱ्या कुणाला चर्चमध्ये घेऊन गेलास का?”

“नाही. आठवडाभरात मी कोणालाही चर्चमध्ये घेऊन गेलो नाही, असे तेजिंदर म्हणाला. गजानन यांनीही तेच सांगीतले.

“ठीक आहे, धन्यवाद. जर मला आणखी काही माहिती हवी असेल तर तुमचे नंबर लिहा,” करण म्हणाला. त्या दोघांनी आपापले नंबर दिले आणि आम्ही आमच्या बाईकवर परत आलो. आम्ही थोडे पुढे गेलो आणि मग पुन्हा थांबलो. करण खाली उतरला आणि काही मिनिटे कोणाशी तरी फोनवर बोलत होता. मध्यरात्री आम्ही घरी परतलो.

“ड्रायव्हरचं नाव तुला कसं कळलं?” मला नेहमीप्रमाणे उत्सुकता होती.

“तुला आठवतंय का की खुनाच्या दुसऱ्या दिवशी स्टँडवरील रिक्षा चालकांनी आपल्याला सांगीतलं होतं की तिथे रात्री फक्त तेजिंदर आणि गजानन काम करतात? बरं, रिक्षात बसलेला ड्रायव्हर शीख होता, त्यामुळे तो

तेजिंदर असावा, आणि म्हणून दुसरी व्यक्ती गजानन असावी." मी नावं विसरलो होतो, पण करण विसरला नाही आणि ज्या प्रकारे त्यानी त्या माहितीचा वापर केला होता, त्यामुळे बिचारे रिक्षा चालक घाबरले होते.

"त्या रात्री दोघंही अनिलला चर्चमध्ये घेऊन गेले नाहीत. त्यामुळे तो चर्चला गेला नसावा." आम्ही झोपायला तयार होताना मी म्हणालो.

"नाही. ज्या रिक्षात तेजिंदर बसला होता, तीच रिक्षा अनिल ने घेतली होती. याची मला खात्री आहे."

†

करणने दरवाजा खाडकन उघडला आणि जोरदार धक्क्याने मला उठवले. "उठ! लगेच! आपल्याला जायचं आहे." असं म्हणत तो दरवाज्यातून बाहेर पळाला. मी घाई घाईत बेडवरून उठलो आणि जीन्स आणि टी-शर्ट घातला.

"काय चाललंय? आपण कोठे जात आहोत? सगळं ठीक आहे का?" घड्याळाकडे पाहीलं तर लक्षात आलं की रात्रीचे दोन वाजले आहेत! करणचे कुटुंब ठीक आहे का? काय सुरू आहे?

"आत्ताच खडकीला जायचंय, अजून एक हल्ला झालाय." करणने बाईकची चावी मिळताच सांगीतलं आणि आम्ही खडकीच्या दिशेने निघालो. मी त्याला अधिक विचारण्याचा प्रयत्न केला, पण मला अनुभवातून माहित होते की तो त्याच्या विचार करण्याच्या मन:स्थितीत आहे आणि त्याला विचलित करण्याची आवश्यकता नाही. तो मला सुखरूप खडकीला घेऊन जाईल, एवढीच मला आशा होती. तो एक चांगला बाईकर होता पण या मन:स्थितीत मला काळजी वाटत होती.

अनिल राहत असलेल्या कॅम्पसच्या दुसऱ्या बाजूला असलेल्या एका

आर्मी क्वार्टरमध्ये आम्ही पोहोचलो. तिथे पोलिसांची जीप होती आणि काही शेजारीही जमले होते. आम्ही आत गेलो आणि साळवी काही शेजाऱ्यांशी बोलत असल्याचे आणि काही तपशील जाणून घेण्याचा प्रयत्न करताना दिसले. आम्हाला पाहताच त्यांनी दिवाणखान्याकडे बोट दाखवले. मला भीती वाटली. आणखी एक मृतदेह असेल, याची मला पूर्ण खात्री होती.

लान्सनायक संजय रावडे तेथे गोंधळलेल्या अवस्थेत बसला होता. त्याच्या शेजारी सोफ्यावर प्रथमोपचार पेटी होती. त्याच्या हातावर पट्टी बांधण्यात आली होती आणि त्याच्या हाताला आणि तळहाताला जखम झाल्यासारखे वाटत होते. त्याने आमच्याकडे पाहीलं आणि एक शब्दही बोलला नाही. तो अजूनही धक्क्यातच होता.

“काय झालं संजय?”

“मी.. मी झोपलो होतो. . . जेव्हा कोणीतरी समोरचा दरवाजा उघडण्याचा प्रयत्न करत असल्याचे मला ऐकू आले. मग मी बाहेर आलो आणि तिथे एक माणूस होता, तो... त्याने माझ्यावर हल्ला केला. मी लढलो आणि ओरडू लागलो. एक शेजारी त्याच्या घरी टीव्ही पाहत बसला होता. तो माझं ओरडणं ऐकून मदतीला आला आणि इतर काही जणांनाही उठवलं. हल्लेखोर पळून गेला.”

“तू त्याला ओळखलंस का?”

“नाही. त्याने माकडटोपी घातली होती, त्यामुळे त्याचा चेहरा दिसत नव्हता. आणि तसंही अंधार पडला होता आणि मला लाईट सुरू करता आला नाही.”

“ठीक आहे. मी तुझ्या जखमा पाहील्या तर तुला हरकत आहे का?” करण म्हणाला. संजय अचंबित झाला, पण त्याने हात पुढे केला. करणने हळूहळू उजव्या हातावरची पट्टी उघडली आणि कापसाचा स्वॅब काढला.

त्यानंतर हातावर पुन्हा पट्टी बांधली आणि इतर जखमाही तपासल्या.

"सुदैवाने जखमा फार खोल नाहीत. डॉक्टरकडे जाण्याची आवश्यकता वाटत नाही. पण मला वाटतं तुला काही दिवस कामातून सुट्टी घ्यावी लागेल. आम्ही तुझ्या शेजाऱ्यांचे जबाब घेऊन काम संपवून निघून जाऊ. तू आराम कर."

आम्ही बाहेर आलो आणि थेट इंस्पेक्टर साळवी यांच्याकडे गेलो. करण त्यांना बाजूला घेऊन गेला आणि बराच वेळ काहीतरी चर्चा करत राहिला. ते एका निष्कर्षापर्यंत पोहोचलेले दिसत होते. करण माझ्याजवळ आला आणि बाईकची चावी हातात देत म्हणाला, "समर, मला वाटतं तू घरी जायला हवं. साळवी आणि मी काही गोष्टी करायला हव्यात. आमचं काम संपल्यावर तो मला सोडून देईल."

"काय? नाही। मला राहू द्या! प्लीज!" मी विरोध केला.

"नाही समर. मी तुला कुठल्याही प्रकरणात माझ्या सोबत जाण्यापासून रोखले नाही. पण सध्या हे प्रकरण अत्यंत संवेदनशील वळणावर आहे. हे फक्त साळवी आणि मीच केलं तर बरं. जर सर्व काही आपल्याला हवं तसं झाले तर उद्याची रात्र व्यस्त असेल. उद्या तू माझ्या सोबत येऊ शकतो," असे त्यानी ठामपणे सांगीतले. मला ते आवडलं नाही. मी कामावर गेलो नव्हतो म्हणून मी या प्रकरणात त्याच्याबरोबर जाऊ शकलो होतो आणि तो मला घरी जाण्यास सांगत होता! पण माझ्याकडे पर्याय नव्हता.

मी घरी पोहोचलो आणि बेडवर बसलो. इतर तिघांवर हल्ला करणाऱ्या व्यक्तीनेच संजयवरही हल्ला केला होता का? ते शक्य होतं. करणने त्याच्या जखमा तपासून तेच हत्यार वापरले आहे की नाही याची खातरजमा केली, याची मला खात्री होती. संजय नशीबवान होता की तो बचावला! त्याचा शेजारी जागा नसता तर त्याचा मृत्यू झाला असता. पण तो मेला नाही

म्हणजे त्याच्या जीवाला नक्कीच धोका आहे. मी करणला सावध केले पाहिजे! पण नाही. जर मला ते समजलं असेल तर करणलाही ते कळलं असणार याची मला खात्री होती. साळवी आणि तो, संजयला खुनी पकडण्यासाठी "चारा" म्हणून वापर करण्याचा विचार करत आहेत का? म्हणूनच त्यांनी मला घरी परत पाठवले, जेणेकरून तो मारेकरी संजयला मारण्यासाठी परत येऊ शकेल? पण पोलीस आहेत हे माहीत असूनही मारेकरी एवढ्या लवकर परत का येईल? माझ्या मनात अनेक प्रश्न होते - मी कधी झोपी गेलो ते कळलंच नाही. मला हे सगळे स्वप्नातही दिसले असेल कारण मी उठलो तेव्हा सकाळचे ८ वाजले होते आणि तेच प्रश्न अजूनही मनात कायम होते.

मी झोपी गेल्यानंतर करण घरी परतला होता आणि सरळ झोपी गेला होता. मी उठलो, फ्रेश झालो आणि त्याच्या झोपेला धक्का न लावता चहा तयार केला. ब्रेकफास्टसाठी मी मॅगी बनवली, पण करण गाढ झोपेतच राहिला. वाट बघत असताना आदल्या रात्री झालेल्या हल्ल्याचा उल्लेख शोधत मी वर्तमानपत्रात रमलो. मात्र, ही घटना वृत्तपत्राच्या प्रकाशनासाठी खूप उशीरा घडल्याचे दिसत होते आणि संजय बचावला असल्याने ती बातमी योग्य मानली गेली नसावी.

डोळे मिटून माझे विचार पुन्हा आदल्या रात्रीच्या घटनांकडे वळले. त्या माणसाचा हेतू काय होता? अनुत्तरित प्रश्न रेंगाळत राहिले, अस्वस्थतेची भावना निर्माण झाली आणि आजूबाजूला सतत घडत असलेल्या गूढ परिस्थितीचा विचार करायला मला प्रवृत्त केले. कधी डोळा लागला हे कळलंच नाही.

करणची बाईक सुरू झाल्याचा आवाज ऐकू येताच मला खडबडून जाग झाली. मी खिडकीजवळ गेलो आणि करणला जाताना पाहीलं. मी त्याला

आवाज दिला, पण तो आधीच खूप दूर होता. मी वर्तमानपत्र वाचताना झोपी गेल्यानंतर त्याला जाग आली होती आणि तो बाहेर गेला होता. मला त्याला अनेक गोष्टी विचारायच्या होत्या पण नेहमीप्रमाणे डिटेक्टिव्ह करणचे गूढ मार्ग आड आले! आजची रात्र मोठी असणार आहे, असे त्याने काल रात्री सांगीतले होते. हे खरं होतं का? याचा अर्थ मला पुन्हा रात्रीची सुट्टी घ्यावी लागणार का? मला खात्री नव्हती. मी काल माझ्या मॅनेजरला सांगीतलं होतं की माझी तब्येत ठीक नाहीये, मी पुन्हा हेच कारण देऊ शकत होतो. पण जोपर्यंत मला खात्री होत नाही की आम्हाला जायचं आहे तो पर्यंत काहीही करण्यात अर्थ नव्हता.

†

करण परत आला तेव्हा रात्रीच्या जेवणाची वेळ झाली होती. तो सरळ आंघोळीसाठी गेला आणि मी आमचे टिफिन उघडले. पुन्हा वांगी करी! अरे यार। करण अर्थातच जास्त खूष होता! त्याने घाई घाईत जेवायला सुरुवात केली आणि मीही तेच करावं असा इशारा केला. मला त्यातलं काहीच नको होतं म्हणून मी माझ्या डब्यातली वांग्याची भाजी सुद्धा त्याला दिली आणि मी लोणच्याबरोबर पोळी खाल्ली.

“आज रात्री मला तुझ्याबरोबर जाण्याची परवानगी आहे का महाराज?” मी उपहासाने विचारले. आदल्या रात्री त्याने मला घरी परत जायला सांगितल्याने मी अजूनही अस्वस्थ होतो.

“म्फहहहहहहह् यश... गेट.. रे... डीडी... काळे कपडे घाल.” तो तोंडात अन्न भरून घेत होता. मी माझ्या मॅनेजरला आणखी एक रात्र सुट्टी घेण्याचा मेसेज केला आणि तयार झालो. आम्ही घरातून निघालो आणि

पुन्हा खडकीच्या दिशेने गेलो. नेमकं काय चाललंय हे मला अजूनही कळत नव्हतं, पण मला त्यात सहभागी व्हायचं होतं. आणि आम्ही काळे कपडे का घातले होते?

आम्ही चर्चजवळ थांबलो जिथे दोन लोकं दोन स्कूटर घेऊन उभे होते. आम्ही आमची बाईक बाजूला पार्क केली आणि एका व्यक्तीने आम्हाला एका स्कूटरची चावी दिली जी आम्ही चालवू लागलो. दुसऱ्या सकूटरला घेऊन ते निघून गेले. ही इलेक्ट्रिक स्कूटर होती. आजकाल बरेच लोक ही विकत घेत आहेत, ही छान चालते आणि क्वचितच आवाज करते. अर्थात शहरात चार्जिंग स्टेशनची संख्या कमी असल्याने ते चार्ज करणे नेहमीच त्रासदायक असते.

या वेळेस आम्ही खडकीच्या कुठल्याही प्रकारची हालचाल नसलेल्या भागात होतो. रस्त्यावर पथदिवे नव्हते आणि घरेही दिसत नव्हती. रस्त्याच्या कडेला खडकांपासून तयार करण्यात आलेल्या काही बसण्याच्या जागा होत्या, सपाट स्लॅबमुळे बसण्यासाठी पृष्ठभाग उपलब्ध झाला होता. स्कूटर थोडी दूर पार्क करून आम्ही परत दगडी बाकांकडे निघालो.

नेहमी साधन संपन्न असलेल्या करणने झाडाझुडपात एक लपलेली जागा शोधून काढली, जिथे आम्ही बसून राहू शकत होतो, कुणाच्याही नकळत. पानांमधून आम्हाला एका बेंचचे स्पष्ट दर्शन झाले, ज्यामुळे आम्हाला सतर्क राहून विवेकी स्थिती राखता आली. आजूबाजूचा परिसर शांत होता, त्यामुळे पुढे काय होणार याची उत्सुकता वाढली होती.

"आता आपण वाट बघायची," करण कुजबुजत म्हणाला. "आत्ता साडेनऊ वाजले आहेत. मला शंका आहे की आपल्याला किमान अर्धा तास थांबावे लागेल."

मी त्याला विचारणार होतो की आपण तिथे काय करत आहोत, पण

त्याने मला गप्प करण्यासाठी फक्त त्याच्या ओठांवर बोट ठेवले. मी चिडचिड करत होतो, पण मला काहीही गडबड करायची नव्हती. म्हणून मी गप्प बसलो.

वेळ जात होता तसे माझे पाय दुखू लागले होते. बराच वेळ तसे बसणे अवघड होते. आमच्या दु:खात भर घालण्यासाठी जमीन चिखलमय झाली होती. सध्या पाऊस पडत नव्हता, पण पहाटे पाऊस पडला होता. त्यामुळे आम्ही चिखलात, कसे तरी बसून वाट पाहत होतो... कसली तरी.

सव्वा दहाच्या सुमारास एका गाडीचा दूरवरचा आवाज आमच्या कानावर पोहोचला आणि करणने सावधगिरीचा इशारा केला. आम्ही स्वत:ला लपवण्यासाठी जास्त काळजी घेतली. आवाज जसजसा जवळ येत गेला तसतशी आमच्या उजवीकडून एक रिक्षा आमच्या दिशेनी येताना दिसली, पण ती आमच्या समोरून पुढे निघून गेली. ती आमच्या स्कूटरजवळ थोड्या अंतरावर थांबताना मी तिला पाहीलं. संशयाची भावना रेंगाळत होती.

रिक्षा मागे वळून आमच्या ठिकाणी परतली आणि आमच्यासमोर येऊन थांबली. अंधुक हेडलाईटमुळे ड्रायव्हर नीटसा दिसत नव्हता, पण त्याच्या हालचाली आम्हाला समजत होत्या. मला आश्चर्य वाटले की तो त्या दगडी बेंचजवळ गेला, एक कोपऱ्याचा स्लॅब बाजूला हलवला आणि खाली असलेल्या पोकळीतून एक छोटेसे पॅकेज बाहेर काढले. पॅकेज खिशात घातल्यानंतर त्याने दगड पुन्हा जागच्या जागी लावला. मग कापडाने बेंच पुसायला लागला. हे संपूर्ण दृश्य गूढ आणि काहीसे विचित्र वाटत होते. वेगाने हालचाल करत रिक्षा चालक आपल्या वाहनाकडे परतला आणि या विचित्र घटनेने मी चक्रावून गेलो.

करण अचानक लपून बसलेल्या ठिकाणाहून बाहेर पडला आणि आम्ही आमच्या स्कूटरच्या दिशेने धावलो. तो एक शब्दही बोलला नाही, फक्त मला

रिक्षाच्या मागे गाडी चालवायला सुरुवात करायला सांगीतलं. तो मागे बसला आणि मला जाणवत होतं की तो त्याच्या फोनवर काहीतरी करत आहे. आमच्या स्कूटरने कोणताही आवाज केला नाही आणि आम्ही हेडलाईटही चालू केले नाहीत. आम्ही काळे कपडे घातले होते ज्यामुळे आम्हाला पाहणे जवळजवळ अशक्य झाले होते.

“करण, मी या रिक्षाला ओळखतो! तेजिंदर ची रिक्षा आहे ही! मी त्या दिवशी पाहीलं होतं!” मी करणला शक्य तितक्या हळू आवाजात म्हणालो. त्याने फक्त माझ्या खांद्यावर हात मारून कबूल केले आणि आम्ही सुरक्षित अंतर ठेवून रिक्षाच्या मागे धावत राहिलो.

अचानक झालेल्या हालचालींमुळे रात्रीची शांतता भंग झाली आणि एक कार आमच्या जवळून वेगाने येऊन अचानक रिक्षासमोर थांबली. कार मधून चार जण बंदुका दाखवत बाहेर आले आणि घाईघाईने रिक्षाजवळ गेले. बळजबरीने त्यांनी चालकाला बाहेर पडण्यास भाग पाडले आणि गाडीत बसवले. त्यापैकी एकाने रिक्षाचा ताबा घेतला आणि रिक्षा पाठोपाठ गाडी वेगाने निघून गेली.

त्यांचा पाठलाग करण्याची माझी तात्कालिक प्रवृत्ती होती, पण करणने पटकन हस्तक्षेप करत मला थांबण्याचा इशारा केला. तणावाच्या आणि उलगडणाऱ्या घटनांच्या त्या क्षणी गुप्त देवाणघेवाण आणि सशस्त्र व्यक्तींचे अचानक दिसणे या गूढ गोष्टींमध्ये आपण अडकलो आणि आमच्या मनात कुतुहल आणि सावधगिरीचे मिश्रण निर्माण झाले.

“आपल्याला त्यांचा पाठलाग करण्याची गरज नाही,” तो शांतपणे म्हणाला. “चल लष्कर पोलीस स्टेशनला जाऊया.”

“पण करण, ते तेजिंदरला घेऊन जात आहेत! आपण त्यांचा पाठलाग करणे आवश्यक आहे. तू साळवीला फोन करून इथे यायला सांग!”

“नाही समर, आपण पोलीस स्टेशनला जाऊया.” करण ठाम होता.

मी अनिच्छेने मागे वळलो आणि आम्ही पोलीस स्टेशनच्या दिशेने गाडी चालवू लागलो.

प्रकरण ७

दुसऱ्या दिवशी सकाळी करण घरी परतला. आदल्या रात्रीप्रमाणेच या प्रकरणात पर्याय नसल्याचे स्पष्ट करत त्याने मला पोलीस ठाणे सोडण्याचा आग्रह धरला होता. अस्वस्थ असलो तरी मला मर्यादा समजल्या आणि माझे स्वागत नाही अशा परिस्थितीत मला रहायचं नव्हतं.

उत्साह आणि कुतुहल याने मला रात्रभर जाग ठेवलं होतं. काय घडलं होतं? गूढ पॅकेजचे महत्त्व काय होते? तेजिंदरचा सहभाग का होता? हे प्रश्न माझ्या मनात होते, उत्तरे मागत होते. मात्र, या प्रकरणाच्या शेवटच्या टप्प्यात मला गुंतवून न ठेवल्याबद्दल करणवरचा राग सत्य जाणून घेण्याच्या माझ्या उत्सुकतेला झाकून टाकत होता. भावनांच्या मिश्रणाने मला ग्रासले.

“मला माफ कर, समर. माझ्याकडे पर्याय नव्हता. या प्रकरणाचे संवेदनशील स्वरूप पाहता आम्ही कोणालाही सहभागी करून घेऊ शकत नाही, असे साळवी यांचे स्पष्ट मत होते. मला त्यांना खूप पटवून द्यावं लागलं की काल तुला स्टेकआऊटच्या वेळी येऊ द्या. पण ते तुला चौकशीचा भाग होऊ देऊ शकले नाही. यात लष्कराचा ही समावेश आहे, त्यामुळे त्यांना माझ्यासाठीही विशेष परवानगी घ्यावी लागली - ते तुझ्यासाठी ही परवानगी घेऊ शकले नाही.” करण माझ्यासाठी बनवलेल्या चहाची चुस्की घेताना हळुवारपणे म्हणाला.

“ठीक आहे, मी अजूनही रागवलो आहे पण मला वाटते की मी समजू शकतो. खरं तर नाही. पण माझ्याकडे पर्याय नाही ना?” मी म्हणालो.

“ठीक आहे, मी ते तुझ्यावर सोपवतो. मी नंतर तर्री पोहे बनवतो, ठीक

आहे?" करण हसला.

"तर्री पोहे? हीच तुझी मला खुष करायची कल्पना आहे का?" मला हसू आवरता आलं नाही. "ठीक आहे, ठीक आहे. पण आत्ता मला सगळं सांग. रात्रभर मी माझ्या मनात सर्व काही उलगडण्याचा प्रयत्न करत होतो आणि मला काहीच कळले नाही."

"सुरुवातीपासून सुरुवात करूया. फादरच्या हत्येच्या रात्री जेव्हा आपण चर्चमध्ये पोहोचलो, तेव्हा आपण काय पाहीलं? चर्चमध्ये अत्यंत धारदार शस्त्राने त्यांची हत्या करण्यात आली होती. त्यांना लढण्याची संधीही मिळाली नाही. शरीरापासून बुटांच्या खुणा दूर जात होत्या - शिवाय त्या बुटांच्या खुणा नव्हत्या तर चपलांनी बनल्या होत्या. रमेशने अशीच चप्पल घातली होती. हे सगळं तू पाहीलं. पण मी पाहीलेल्या इतर काही गोष्टींकडे तू लक्ष दिले नाही. चर्चच्या बाहेर सगळं ओलं होतं, पण एक छोटासा भाग कोरडा होता. पाऊस सुरू होण्याआधी चर्चमध्ये कुठलंतरी वाहन आलं असावं, पाऊस सुरू असताना तिथेच थांबलं असावं आणि पाऊस थांबल्यावर निघून गेलं असावं. तो कोरडा भाग समजावून सांगण्याचा तोच एकमेव मार्ग होता. आणि आपण तिथे पोहोचण्याच्या काही तास आधी हे नक्कीच घडले होते कारण त्या रात्री तेव्हाच शेवटचा पाऊस आला होता. तर, याचा अर्थ त्या रात्री पाऊस थांबला तेव्हा कोणीतरी तिथे होते - आणि हे खुनाच्या वेळेशी चांगलं जुळून येतं.

"अजून एक गोष्ट माझ्या लक्षात आली ती म्हणजे कोरड्या जागेवरून टायरच्या खुणा दूर जात होत्या. टायरच्या फक्त तीन खुणा होत्या, म्हणजे ती एक ट्रायव्हीलर होती - एक रिक्षा. मी बारकाईने निरीक्षण केले तेव्हा मला दिसले की डाव्या टायरच्या खुणा अतिशय सपाट आणि गुळगुळीत होत्या, तर उजव्या टायरच्या खुणा स्पष्ट होत्या. म्हणजे रिक्षाचा डावा मागचा टायर अतिशय खराब झाला होता.

“तिसरी गोष्ट म्हणजे फादर डोंगरे यांनी पूर्ण सांस्कृतिक पेहराव केला होता. फादर नेहमी ते घालून फिरायचे नाही. एवढ्या रात्री त्यांनी ते का घातले असेल? काही औपचारिक गोष्ट घडत असेल तरच त्यांनी तो घालण्याची शक्यता आहे. त्या वेळी रात्री काय घडू शकतं?

“सिस्टर निवेदिता, रमेश, नरेश, अबीगेल आणि फ्रेडी यांच्याशी संपर्क साधला असता रमेश, अबीगेल आणि फ्रेडी यांच्या जवळ स्पष्ट हेतू असल्याचे लक्षात आले. त्यापैकी कोणीही त्या रात्री फादरला ठार मारू शकले असते. खुनाच्या वेळी सर्व जण बाहेर होते. सिस्टर निवेदिता यांनी हा खून केला असण्याची शक्यता कमी होती कारण त्यांच्याकडे भक्कम पुरावा होता की त्या जेवायला गेल्या होत्या, आणखी तीन नन्स बरोबर. आणि नरेश त्याच्या घरी होता - आम्ही साळवी यांच्या टीम मार्फत त्याची तपासणी केली.

“रमेशशी पुन्हा बोलण्याआधीच त्याचा मृत्यू झाला होता. ज्याने त्याला मारले, त्याने आधी रमेशला दारू पाजली, त्यामुळे तो लढू शकला नाही. त्याच शस्त्राचा वापर करण्यात आला आणि त्याच पद्धतीने. मारेकरी स्वयंपाकघराच्या खिडकीतून पळून गेला म्हणून मुख्य दरवाजा बंद राहिला - उघड्या दरवाज्यामुळे शेजाऱ्यांचा संशय वाढला असता आणि मृतदेहही लवकर सापडला असता. खिडकीतून मुख्य दरवाज्याकडे जाताना त्याच्या नग्न पायाच्या खुणा दिसत होत्या आणि मग त्या गायब झाल्या. का? कारण घरात शिरताना त्याने आपली चप्पल बाहेर ठेवली होती. जेव्हा मी घरासमोरील मैदान तपासले तेव्हा मला चर्चमध्ये सापडलेल्या टायरच्या खुणा दिसल्या - रिक्षाच्या डाव्या मागच्या टायरच्या - त्याच जीर्ण झालेल्या डाव्या मागच्या टायरच्या.

“त्यामुळे चर्चमध्ये जो कोणी होता तो रमेशच्या घरीही होता आणि

त्याने बहुधा रमेशची हत्या केली असावी. पण तो कोण होता? दरम्यान, फादर डोंगरे यांचे कॉल रेकॉर्ड तपासण्यात आले. अनिल अँथनीने त्यांना त्या रात्री फोन केला होता आणि त्यांच्याशी बोलल्यानंतर तो रात्री घरातून निघाला होता, पण दुचाकीवरून नाही, असे आपल्याला आढळले. बहुधा तो फादरला भेटायला गेला असावा. आणि त्या दिवशी सकाळच्या प्रवचनापासून तो खूप अस्वस्थ झाला होता. का? काल दिवसभर बाहेर असताना साळवी आणि मी खूप तपास केला आणि अनेक हरवलेले दुवे सापडले. मी सिस्टर निवेदिता यांनाही प्रवचनाविषयी विचारणा केली. फादर डोंगरे त्यांच्या प्रवचनात खूप चांगले होते. ते अतिशय प्रभावी होते. त्या दिवशी सकाळी त्यांनी देशभक्तीचा उपदेश दिला होता. देश प्रथम येतो आणि काहीही झाले तरी आपण कधीही देशाच्या विरोधात कसे काम करू नये, हे त्यांनी सर्वांना पटवून दिले होते. त्याचा परिणाम अनिलवर झाला असावा. तो अस्वस्थ झाला. गेल्या काही काळापासून तो देशविरोधी काम करत होता. मेजर खत्री यांना संशय आला. लेफ्टनंट कर्नल रावत यांनी अनिलला खत्रींच्या संमती शिवाय फॅक्टरी मध्ये काम दिलं होतं. त्यामुळे खत्री नेहमी अनिलला खाली ओढण्याची संधी शोधत असायचा. या वेळी त्याचा संशय वाढला आणि त्याने अनिलला याबाबत विचारणा केली. पण त्याच्याकडे कोणताही पुरावा नसल्याने त्याने प्रवचनाच्या आदल्या आठवड्यात त्याला फक्त इशारा दिला. त्या इशाऱ्याने आणि उपदेशाने अनिल ला खूप अस्वस्थ केले असावे. म्हणून त्याने फादरला फोन करून त्यांच्याकडे कबुली जबाब द्यायचा आहे असे सांगीतले असावे.

"परंपरेप्रमाणे फादर आपला पेहराव करून अनिलची वाट पाहत होते. अनिल रिक्षा घेऊन तिथे पोहोचला. त्याने रिक्षाला थांबण्यास सांगीतले असावे, तर आत जाऊन त्याने कन्फेशन बुथमध्ये कबुली दिली. ते आटोपून तो बाहेर आल्यावर ड्रायव्हरने फादरला भेटायचे आहे असे सांगून तो आत

गेला असावा. फादर लायब्ररीत कबुली जबाबाचा विचार करत होते. दरवाजा उघडल्याचा आवाज ऐकून ते मेन हॉलमध्ये बाहेर आले आणि काही प्रतिक्रिया देण्याआधीच ड्रायव्हरने त्यांना ठार मारलं - वस्तऱ्याने, न्हाव्याच्या रेझरने. आपण वस्तऱ्याचा वापर करून कोणालाही भोसकू शकत नाही. ते वापरून मारण्यासाठी, सर्वात प्रभावी मार्ग म्हणजे गळ्याची मोठी शिरा कापणे. त्याने तेच केले. खूप रक्त येण्याआधीच तो बाहेर आला, त्यामुळे रक्तात फक्त हलक्या पावलांचे ठसे होते.

"तो बाहेर आला आणि अनिलला घेऊन त्याच्या घराकडे जाऊ लागला, मात्र त्याने वळण घेत रिक्षातून उतरून अनिलवर हल्ला केला. अनिल हा लष्करी जवान होता, त्याने प्रतिकार केला आणि त्याच्या हातावर त्या जखमा झाल्या. पण भांडणादरम्यान तो घसरला, खड्ड्यात पडला आणि त्याचे डोके खडकावर आदळले. त्यामुळे त्याचा मृत्यू झाला. मारेकऱ्यासाठी ते खूप सोपं बनलं.

"ड्रायव्हरने फादर आणि अनिलची हत्या का केली? जेव्हा ड्रायव्हर आणि अनिल चर्चमध्ये पोहोचले होते, तेव्हा ड्रायव्हरला फोन आला - एका आंतरराष्ट्रीय क्रमांकावरून त्याला वारंवार फोन करणाऱ्या, स्वत:ला जॉन म्हणवून घेणाऱ्या व्यक्तीचा. जॉन गेल्या जवळपास वर्षभरापासून त्याला सूचना देत होता. ड्रायव्हर एक असा खुनी होता जो आपल्या गावातून पळून पुण्याला आला होता आणि रिक्षा चालक म्हणून काम करू लागला होता. कसेतरी जॉनला हे कळले आणि त्याने त्याला याबद्दल ब्लॅकमेल केले आणि बरीच कामं करून घेतली या आधीही. त्याला सोपवलेली कामे करण्यासाठी त्याने त्याला पैसेही दिले.

"त्यामुळे अनिल आत असताना ड्रायव्हरला या व्यक्तीचा फोन आला आणि अनिल आणि त्या फादरला ठार मारायचे आहे, असे सांगितले.

पश्चाताप न करता त्याने त्यावर कृती केली. त्याने हे आधीही केले होते, तो पुन्हा करू शकत होता आणि या वेळी त्याला त्यासाठी पैसेही मिळणार होते. त्यामुळे त्याने दोघांची हत्या केली.

"पण जेव्हा तो चर्चमधून बाहेर पडला, तेव्हा रमेशने त्याला बघितलं. रमेश त्याला ओळखत होता आणि आपल्याला याबद्दल सांगण्याऐवजी रमेशला काही पैसे कमावण्याची संधी दिसली. त्यामुळे त्याने ड्रायव्हरला ब्लॅकमेल करण्यासाठी फोन केला. दुसऱ्या दिवशी रात्री पैसे देण्याचे आमिष दाखवून तो रमेशच्या घरी गेला आणि त्याने त्याला दारू पाजून नंतर ठार मारले.

"आदल्या रात्री आपण रिक्षा स्टँडवर गेलो तेव्हा तेजिंदर ज्या रिक्षात बसला होता त्या रिक्षाचा डावा मागचा टायर मला दिसला आणि खुनात त्याचाच हात असल्याची मला खात्री होती, पण त्याचे कारण माहित नव्हते. आपण खत्री, रावत आणि संजय यांच्याशी बोललो तेव्हा मला दिसले की ते काहीतरी लपवत होते. खत्री आणि रावत यांना अर्थातच अनिलवर गोपनीय कागदपत्रे चोरल्याचा संशय होता, हे उघड होऊ द्यायचे नव्हते. पण संजय? तो का घाबरला होता? मला ते समजले नाही म्हणून मी साळवीला त्याच्या फोनवरही लक्ष ठेवण्यास सांगीतले. आपण त्याला भेटल्यानंतर संजय घरी गेला आणि खूप बेचैन झाला. त्याला वाटले की आपला त्याच्यावर संशय आहे, कारण तो देखील त्याच्या कार्यालयातील कागदपत्रे चोरत आहे.

"त्या दिवशी संध्याकाळी ड्रायव्हरला जॉनचा आणखी एक फोन आला. त्याला संजयला ठार मारण्यास सांगण्यात आले. जॉनला माहित होते की संजय अस्वस्थ होत आहे आणि लवकर काही केलं नाही तर तो सगळं पोलिसांना सांगून टाकेल. त्यामुळे त्या रात्री तो त्याला मारायला गेला. मात्र, सुदैवाने सतर्क शेजाऱ्याने संजयला वाचवले. जेव्हा आपण तिथे गेलो, तेव्हा

मी तुला घरी पाठवल्यानंतर आम्ही परिसर मोकळा केला आणि हल्ल्याची कोणतीही औपचारिक नोंद घेतली नाही. आम्ही ते लपवून ठेवले आणि संजयला विश्वासात घेतले. तो त्या हल्ल्याने इतका घाबरला होता की त्याने कागदपत्रे कशी चोरली आणि ज्या लोकांना हवी होती त्यांच्यापर्यंत पोहोचवण्यासाठी त्याने काय केलं याबद्दल सर्व काही आम्हाला सांगीतले. या सगळ्यामागे जे लोक होते त्यांच्यापर्यंत पोहोचण्यासाठी आम्ही काहीतरी प्रयत्न करायचं ठरवलं.

“दुसऱ्या दिवशी साळवी आणि मी, मेजर खत्री आणि रावत यांना भेटलो. आमचं सगळं बोलणं ऐकून त्यांनी मदतीचं आश्वासन दिलं. साळवी यांनी संजयच्या घरी साध्या वेशातील एक पोलीस तैनात केला होता, जेणेकरून तो सुरक्षित राहील. आम्ही बनावट कागदपत्र तयार करून अधिकृत लिफाफ्यात टाकून संजयला दिले.

“संजयने कागदपत्रे पाठवण्यासाठी त्याच्या नेहमीच्या डेड ड्रॉप लोकेशनचा वापर केला. तो त्या रस्त्यावर गेला जिथे काल रात्री आपण लपून बसलो होतो. बेंचच्या शेवटच्या दगडी स्लॅबच्या खाली एक पोकळी आहे, जिथे तो नेहमी अशी कागदपत्रे ठेवत असे. अनिलही तीच जागा वापरायचा. कागदपत्र ठेवल्यानंतर ते ठेवल्याची खूण म्हणून त्याने बेंचला बाजूला खडूने चिन्हांकित केले.

“त्यानंतर ज्या व्यक्तीला कागदपत्रे घ्यायची होती, तो रिक्षातून आला आणि त्याने ती खूण पाहीली. हा त्याचा दिनक्रम होता. रोज रात्री तो येऊन काही ठेवलं आहे का ते तपासत असे. त्याने ती खूण पाहीली आणि कागदपत्रे बाहेर काढली. मग त्याने चिन्ह साफ करण्यासाठी बेंच साफ केला. जॉन एकटाच मोबाइलद्वारे संवाद साधत असे, अन्यथा ओळख होऊ नये म्हणून त्यानी फोनद्वारे कोणताही संवाद टाळला होता.

“जेव्हा आपण त्याचा पाठलाग करत होतो, तेव्हा मी साळवी यांना कळवले होते आणि त्यांची टीम तयार होती. साळवी यांची माणसेच त्याला गाडीत बसवून रिक्षाही घेऊन गेली. या प्रकरणाची संवेदनशीलता लक्षात घेता साळवी यांना हे सर्व लपवून ठेवायचे होते. त्यामुळेच त्याला अटक करण्यापेक्षा आणि नेहमीप्रमाणे घटनास्थळी सर्व औपचारिकता पार पाडण्यापेक्षा ही मूक कारवाई केली.”

“तर या सगळ्या खुनांमागे तेजिंदरच होता!” मी आश्चर्यचकित झालो.

“तेजिंदर नाही. गजानन,” करण म्हणाला.

“काय? पण ती रिक्षा तेजिंदरची होती ना?”

“नाही. त्या रात्री आपण गजानन आणि तेजिंदर यांच्याशी बोललो तेव्हा तेजिंदर त्या मागच्या रिक्षात बसला होता, पण ते फक्त गप्पा मारत होते म्हणून. ती गजाननाची रिक्षा होती. पुढच्या रिक्षामागे गुरु नानक यांचा फोटो पाहताच मला अंदाज आला - ती तेजिंदरची रिक्षा असावी आणि तो बसला होता ती गजाननची,” करण म्हणाला.

मी ते पाहीलही नव्हतं! आम्ही गेलो तेव्हा त्यांची प्रतिक्रिया पाहण्यावर माझं लक्ष होतं, पण करणकडे अर्थातच माझ्यापेक्षा जास्त चांगली निरीक्षणशक्ती होती.

“अरे वाह. मला अंदाज आला नसता.” मी कौतुकाने म्हणालो.

“साळवी यांनी नेहमीच्या पद्धतीचा वापर केल्यानंतर गजाननने कबुली दिली. पण जॉन नावाचा हा माणूस आपल्याला सूचना देत होता, असे तो सांगत राहिला. कागदपत्रे दुसऱ्या ठिकाणी सोडत असे आणि ती कोणी उचलली हे माहित नसल्याचेही त्याने सांगीतले. साळवी यांना वाटते की तो खोटे बोलत आहे. त्याने जॉनला कागदपत्रे कशी पाठवली हे ते शोधून काढतील. जॉन एखाद्या परदेशी एजन्सीचा हँडलर असावा ज्याला आपल्या

सैन्याची गुपिते हवी आहेत - आणि तो कोणता देश असेल हे आपल्या सर्वांना माहित आहे. मला खात्री नाही की आपण जॉनला कधी पकडू शकू. तो त्याच्या देशात बसला असावा आणि त्याने जोपासलेल्या दुसऱ्या गुप्तहेराकडून हे काम करून घेईल," करण खूप निराश झाला.

"पण एवढ्या मोठ्या गुप्तहेरांच्या टोळीचा पर्दाफाश करण्यात तू यशस्वी झालास! तू आनंदी असायला हवं. दु:खी होऊ नकोस. लवकरच ते इतरांनाही पकडतील." मी त्याला धीर देण्याचा प्रयत्न केला. पण त्याने फक्त एक क्षीण स्मित हास्य दिले. तो निराश झाला आहे हे मला माहीत होतं.

हे सगळं माझ्यासाठी खूप जास्त होतं. आम्ही चर्चमधील खुनापासून सुरुवात केली आणि शेवटी आपल्या देशाविरूद्ध काम करणाऱ्या गुप्तहेरांना पकडले! हे जवळजवळ चित्रपटांसारखेच होते, एका खुनापासून दुसऱ्या खुनाकडे जात होते आणि त्यांच्यात वरकरणी कोणताही संबंध दिसत नव्हता. पण जिद्दीने आणि तर्काने करण आणि इंस्पेक्टर साळवी हे गूढ उकलण्यात यशस्वी झाले आणि संपूर्ण प्रक्रियेचे समोरच्या सीटवर बसून दृश्य पाहण्याचे भाग्य मला लाभले. बरं, पूर्णपणे नाही, पण बहुतेक कार्यवाही पहायला मिळाली आणि ती अप्रतिम होती!

सगळा किस्सा ऐकून मी विचार करत होतो. या माणसाने उलगडलेल्या एका भयानक गोष्टीचा मी साक्षीदार होतो. काही महिन्यांपूर्वी योगायोगाने भेटलेली ही अत्यंत हुशार आणि धाडसी व्यक्ती. आणि मला माहित होते की ही फक्त सुरुवात आहे. अशी अजून बरीच प्रकरणे येणे बाकी होते आणि करण त्याच्या प्रोफेशनमध्ये अधिकाधिक वर चढणार होता.

मी वर्तमानपत्र उघडले तो पर्यंत करण स्वयंपाकघरात गेला होता. मी ऑनलाइन न्यूज पोर्टल्सही तपासले. पण काल रात्री नेमकं काय घडलं याचा उल्लेख कुठेच नव्हता.

"ते न्यूज पोर्टल्सवर सत्य प्रकाशित करणार नाहीत," करण म्हणाला,

जणू काही त्याला मी काय विचार करतोय हे समजले. नेहमीप्रमाणे. “पैसे न दिल्याने रागाच्या भरात फादर डोंगरे यांची हत्या गजानन ने केली आणि गजाननला ब्लॅकमेल करून पैसे मागीतले म्हणून रमेशची हत्या करण्यात आली. अनिलचा पाय घसरून खड्ड्यात पडून मृत्यू झाला. संजयवर कधीही हल्ला झाला नाही. हीच कथा सांगितली जाईल आणि प्रकाशित केली जाईल. हा लष्कराचा विषय असल्याने बंद दाराआड सुनावणी होणार असून अर्थातच दोषींना शिक्षा होईल. पण मला वाटत नाही की आपण जॉनला कधी पकडू शकू किंवा आपल्याकडून सर्व गुप्त माहिती मिळवणाऱ्या एजन्सी पर्यंत पोहोचू शकू. आपले ट्रॅक लपवण्यात ते अतिशय हुशार होते. आपल्या व्यवस्थेत असे आणखी ही गुप्तहेर असतील, जे शेवटी आपल्याला सापडतील.”

“हो. आणि ते परदेशी एजन्सीचे लोकही मूर्ख नाहीत. तू म्हटल्याप्रमाणे त्यांनी त्या हँडलर जॉनच्या माध्यमातून आणखीही गुप्तहेर तयार केले असतील. जे काही चाललंय त्यावर त्यांनी लक्ष ठेवलं असावं आणि आता ते गायब होतील.” मी उदासपणे म्हणालो.

करण अचानक ओरडला आणि पोहे बनवणं बंद केलं.

“मी इतका मूर्ख कसा असू शकतो!” तो ओरडला आणि मोबाईल घेऊन बाहेर पळाला. काही मिनिटांनी तो परत आत आला आणि बाईकची चावी घेऊन निघून गेला. मी आवासून नेमकं काय घडलं ते समजण्याचा प्रयत्न करत होतो.

†

त्याने सुरू केलेले पोहे बनवण्यात मी यशस्वी झालो, पण मी त्यात खूप गडबड केली. ते इतके वाईट होते की मी त्याचा एक चमचासुद्धा खाऊ

शकत नव्हतो. मी ते फेकून दिले पण सुदैवाने माझे दुपारचे जेवण वेळेवर आले आणि मी जेवू शकलो. करण परत येईपर्यंत दुपार झाली होती. त्याने आत येऊन मला घट्ट मिठी मारली.

“धन्यवाद! जॉनने आपल्या गुप्तहेरांवर लक्ष ठेवले असावे याकडे लक्ष वेधल्याबद्दल धन्यवाद. त्यातूनच मला ते सोडवायला मदत झाली. आम्हाला जॉन मिळाला आहे!” तो ओरडला.

“सिरियसली? वाह! कुठे? मला सांग!”

“तुझं म्हणणं बरोबर होतं. जॉनला काय चाललंय ते माहीत होतं. त्यामुळेच तो गजाननाला अगदी योग्य वेळी सांगू शकला - फादर आणि अनिलला मारून टाक. आपण जाऊन भेटलो तेव्हा संजयला भीती वाटत होती हेही त्याला माहीत होतं. जॉनला हे कसं कळलं? तू सांगितल्यावर मला कॉमन धागा आठवला. संजयने मला सांगीतले होते की, ज्या दिवशी दुपारी आपण त्याला भेटलो, त्या दिवशी घरी गेल्यानंतर तो घाबरला होता. म्हणून तो सपना आणि आयझॅकशी बोलायला अनिलच्या घरी गेला - ते इथले त्याच्या जवळचे लोक होते. ही कॉमन लिंक होती. त्यामुळे मी साळवी यांना फोन केला आणि त्यांनी लष्करी पोलिसांसह अनिलच्या घरावर छापा टाकून लॅपटॉप जप्त केला. तसेच त्या दोघांना ताब्यात घेतले. जॉन नेहमीच आपल्या समोर होता पण आपण पाहू शकलो नाही,” करण म्हणाला.

“तर आयझॅक! व्वा. कोणी विचार केला असता कि आयझॅक जॉन असेल!” मी बोललो.

“तीच तर गंमत आहे. आयझॅक नाही. ती सपना होती!”

मी अवाक झालो. हे प्रकरण मला सारखं आश्चर्यचकित करत होतं.

“सपना आणि आयझॅक बराच वेळ काहीच बोलले नाहीत, पण नंतर साळवी त्यांना बोलतं करण्यात यशस्वी झाले. अखेर सपनाने कबुली दिली.

या सगळ्याशी आयझॅकचा काहीही संबंध नव्हता. सपनाच संपूर्ण ऑपरेशन चालवत होती. फेसबुकच्या माध्यमातून एका परदेशी एजन्सीने तिची भरती केली होती. आलीशान आयुष्य जगण्यासाठी तिला पैसे हवे होते जे अनिलचा पगार देऊ शकत नव्हता. अशाप्रकारे त्यांनी तिला आमिष दाखवून इतरांची भरती करण्याचे प्रशिक्षण दिले. अनिलमुळे ती ऑर्डनन्स फॅक्टरीतील इतर बऱ्याच लोकांना ओळखत होती आणि त्यातील काहींना भरती करण्यात यशस्वी झाली होती.

"ती जॉन होती. एजन्सीने तिला एक आंतरराष्ट्रीय क्रमांक दिला होता जो ती इंटरनेटवर वापरू शकायची. आणि त्यांनी तिला व्हॉईस मॉड्युलेटर सॉफ्टवेअरही दिले, जे हल्ली मिळणे खूप सोपे आहे. ते वापरून ती नेहमी फोन करत असे, त्यामुळे तिचा आवाज पुरुषासारखा वाटायचा. तसं आपली ओळख लपवणं तिला सोपं होतं.

"गजानन ने कागदपत्रे उचलली की तो दुसऱ्या ठिकाणी सोडायचा आणि सपना ती उचलायची. ड्रॉप ऑफ बद्दल तो खरं सांगत होता. कागदपत्रे मिळाल्यानंतर ती तिला दिलेल्या आयडीवर डार्कनेटच्या माध्यमातून त्यांचे फोटो पाठवायची. सगळ्यांसाठी जॉनच समन्वय साधत होता. पण तो कोण आहे हे कुणालाच ठाऊक नव्हतं. अनिल, संजय व इतरांना गजाननने टाकलेली कागदपत्रे उचलल्याचे माहीत नव्हते. त्याने टाकलेली कागदपत्रे कोणी उचलली हे गजाननला माहित नव्हते. त्यामुळे सपना उर्फ जॉन सुखरूप होता. परदेशी एजन्सीचा फक्त सपनाशी संपर्क होता, त्यामुळे काही चुकलं तर तिच्याशी संपर्क तोडणं सोपं होतं.

"त्यामागे तिचा हात आहे, हे खुद्द अनिललाच माहित नव्हते. रविवारी तो अस्वस्थ असताना प्रवचनानंतर त्याने सपनाला सर्व काही सांगीतले. तिने त्याला शांत करण्याचा प्रयत्न केला पण तो फादर समोर कबुली देण्यास

तयार झाला आणि घरातून निघून गेला. त्यामुळे तिने अनिलला चर्चमध्ये घेऊन गेलेल्या गजाननला मेसेज केला. तो नसता तरी चर्चमधून परत येताना त्याला मारण्याचा मार्ग सापडला असता. कॉल रेकॉर्डच्या आधारे आणि सायबर पथकाने लॅपटॉपची कसून तपासणी केल्यानंतर साळवी आणि त्यांची टीम या सगळ्याची पुष्टी करेल.

"बाकी तुला माहित आहे."

करण डोळे मिटून खाली बसला होता. त्याच्या डोक्यावरून एक भारी ओझे उठल्यासारखं वाटत होतं. त्याने म्हटल्याप्रमाणे परदेशी एजन्सी अधिक गुप्तहेरांची जोपासना करत राहणार असली, तरी किमान या वेळी तरी तो गुप्तहेर नेटवर्कच्या स्थानिक रिंग लीडरपर्यंत पोहोचू शकला. तिने भरती केलेले इतर हेर पोलिसांना सापडतील.

"पण आपल्याला आपल्या सैन्याकडून अशा गोष्टींची अपेक्षा नसते. म्हणजे आपले लष्करी जवान हे करत होते हे योग्य वाटत नाही." मला त्याबद्दल दु:ख आणि अस्वस्थता वाटत होती.

"आपले सैन्य ही एक उत्कृष्ट संस्था आहे. पण सगळीकडे नेहमीच काही वाईट अंडी असतात. शेवटी सैन्यात माणसंच आहेत. अशी माणसं आपल्याला सगळीकडे सापडतात. आणि हेरगिरीचे खेळ हजारो वर्षांपासून देश आणि राज्यांमध्ये खेळले जात आहे आणि यापुढेही खेळला जाईल. आपल्याला आपल्या शत्रूपेक्षा एक पाऊल पुढे राहावे लागेल," असे करण म्हणाला.

"हो. तुझं म्हणणं बरोबर आहे." मी त्याच्या हातात चहाचा ताजा कप देत म्हणालो. या वेळेला माझा चहा चांगला बनला होता. अगदी करण बनवतो तेवढा चांगला नाही तरी मी पहिल्यांदा बनवला होता त्यापेक्षा चांगला आणि पिण्याजोगा. कधीतरी मला पोहे सुद्धा तितकेच चांगले बनवता येतील असा विचार करत मी एक घोट घेतला.

तो उठून बसला, भिंतीला टेकला आणि घोट घेताना म्हणाला,

"मग इथे कोणत्या रंगाचा सोफा चांगला दिसेल असं तुला वाटतं?"

~ समाप्त ~

लेखकाचे प्रोफाइल

नीरज भोपळे फक्त कथा सांगत नाहीत; तो त्यांची बांधणी करतो. जागतिक तंत्रज्ञानाच्या उच्च-स्तरीय बोर्डरूमपासून ते चित्रकाराच्या कॅनव्हासच्या शांत स्ट्रोकपर्यंत पसरलेल्या पदचिन्हांसह एक बहुश्रुत, नीरज गुन्हेगारी कल्पित कथांच्या जगात एक दुर्मिळ, बहुआयामी दृष्टीकोन आणतो.

जटिल तांत्रिक ग्रंथ आणि मनोरंजक गुप्तहेर कल्पित कथा या दोन्ही गोष्टींचा एक प्रसिद्ध लेखक म्हणून, नीरज हत्येकडे अंतिम "सिस्टम फेल्युअर" म्हणून पाहतो. त्याच्या प्रशंसित डिटेक्टिव्ह करण मालिकेत, तो मानवी कमकुवतपणा आणि थंड तर्कशास्त्राच्या छेदनबिंदूचा शोध घेतो. करणच्या नजरेतून, वाचकांना अशा जगात आमंत्रित केले जाते जिथे प्रत्येक संकेत एक ब्रशस्ट्रोक आहे आणि प्रत्येक हेतू डिक्रिप्ट होण्याची वाट पाहत असलेल्या कोडची एक ओळ आहे.

जेव्हा तो पृष्ठावरील परिपूर्ण गुन्ह्याला "डीबगिंग" करत नाही, तेव्हा नीरज एक समर्पित ग्रंथप्रेमी आणि व्हिज्युअल कलाकार आहे. हा अनोखा समन्वय - चित्रकाराच्या वातावरणीय अंतर्ज्ञानासह जोडलेल्या सीटीओची विश्लेषणात्मक कठोरता - डिटेक्टिव्ह करणच्या कादंबऱ्यांना त्यांची खोली देते: समृद्ध पोत, सिनेमॅटिक जगात गुंडाळलेली प्रक्रियात्मक अचूकता.

पुण्यात स्थित, नीरज डिजिटल आणि अंधार यांच्यातील अंतर कमी

करत आहे आणि हे सिद्ध करते की तुम्ही जागतिक उपक्रम तयार करत असाल किंवा लॉक-रूम मिस्ट्री, सौंदर्य नेहमीच तपशीलांमध्ये असते.

आपण त्यांच्याशी संपर्क साधू शकता neerajbhople@gmail.com

नीरज भोपळे यांची इतर पुस्तके

थरार मालिका

1. Detective Karan #1 - The Left Right Mystery - English mini version
2. Detective Karan #1 - Daanya Baanya Rahasya - Hindi mini version
3. Detective Karan #1 - Daava Ujva Rahasya - Marathi mini version
4. Detective Karan #2 - Sacred Shadows - A Church Conundrum - English mini version
5. Detective Karan #2 - Khel Savlyancha - Church Madhil Ek pech - Marathi mini version
6. Detective Karan #3 - The Sacred Lie - English version

तत्वज्ञान

- Stoic Secrets Revealed - Mastering Life With Marcus Aurelius

व्यवसाय आणि तंत्रज्ञान

- How to kill your b/oss and get away with it - A step by step guide to digitally transforming your organization

www.ingramcontent.com/pod-product-compliance
Lightning Source LLC
LaVergne TN
LVHW090404210926
848480LV00002B/440
* 9 7 9 8 9 0 4 3 1 1 1 0 0 *